ANG KAPANGYARIHAN NG DIYOS

Buhat sa pasimula ng sanlibutan ay wala pang nakapagpadilat ng mata ng taong ipinanganak na bulag. Kung ang taong ito'y hindi mula sa Diyos, wala siyang magagawa.
(Juan 9:32-33)

ANG KAPANGYARIHAN NG DIYOS

Dr. Jaerock Lee

Ang Kapangyarihan ng Diyos ni Jaerock Lee
Inilathala ng mga Aklat ng Urim (Johnny. H. Kim)
851, Guro-dong, Guro-gu, Seoul Korea
www.urimbooks.com

Ang aklat na ito o mga bahagi nito ay hindi maaaring kopyahin sa anumang anyo, ilagak ito sa isang sistemang pagkuha, o ipadala sa anumang anyo o sa anumang kaparaanan, elektronico, mekanikal, kopyang larawan, pagtatala o alinman, ng walang kaukulang sulat pahintulot ng tagalathala.
Malibang nakatala, lahat ng kasulatang nabanggit ay hinango mula sa Banal na Bibliya, NEW AMERICAN STANDARD BIBLE, © patnugot © 1960, 1962, 1963, 1968, 1971, 1972, 1973, 1975, 1977, 1995, ng The Lockman Foundation Ginamit ng may pahintulot.
Patnugot © 2005 ni Dr. Jaerock Lee
Lahat ng karapatan ay nakalagak

Naunang inilathala sa wikang Korea ng Mga Aklat ng Urim, Seoul, Korea.
ISBN: 979-11-263-1182-8 03230
Isinalin ni Dr. Koo Young Chung. Ginamit ng may pahintulot.

Unang inilathala Setyembre 2005
Pangalawang Edisiyon Agosto 2009

Iwinasto ni Dr. Geumsun Vin
Inilathala sa Seoul Korea ng Mga Aklat ng Urim
(Kinatawan: Seongkeon Vin)
Inilimbag sa Seoul, Korea.

Paunang Salita

Idinadalangin na sa pamamagitan ng kapangyarihan ng Diyos ang Manlilikha at ang ebanghelyo ni JesuCristo, nawa ang lahat ng tao ay maranasan ang maapoy na gawa ng Banal na Espiritu...

Ibinigay ko ang lahat ng pasasalamat sa Amang Diyos, na nagpala sa atin upang maitala sa isang tanging gawain ang mga mensahe mula sa ika-11 Dalawang Linggo ng Natatanging Pulong Pagpapasiglang-Muli na isinagawa noong Mayo 2003-isinagawa sa ilalim ng Paksaing "Kapangyarihan" – kung saan ilang bilang ng mga Patotoo ay lubos na lumawalhati sa Diyos.

Buhat noong 1993, matapos ang ikasampung anibersayo ng pagkakatatag, ang Diyos ay nagsimulang kalingain ang mga kasapi ng Manmin Central Church upang taglayin ang tunay na pananampalataya at maging ispirituwal na mga tao sa pamamagitan ng taunang dalawang linggong natatanging pagpapasiglang-muli na mga pulong.

Sa ilalim ng 1999 pulong pampasiglang muli na may paksang "Ang Diyos ay Pag-ibig", kanyang pinahihintulutan ang mga pagsubok ng mga pagpapala upang ang mga kasapi ng Manmin ay dumating sa punto na mauunawaan ang kahalagahan ng tunay na ebanghelyo, maisaganap ang kautusan sa pag-ibig, at maging kawangis ang ating Panginoon na nagpapahayag ng kamanghamanghang kapangyarihan.

Sa pagbubukang-liwayway ng bagong milenyo sa 2000, upang ang lahat ng tao sa buong mundo ay makaranas ng kapangyarihan ng Diyos ang Manlilikha, ang ebanghelyo ni Hesu-Kristo, at ang maapoy na gawa ng Banal na Espiritu, ang Diyos ay pinagpala tayo upang maisahimpapawid ang mga Pagpapasiglang-muli na Pulong ng buhay sa pamamagitan ng Moogoongluwa Satellite at ang Internet. Noong 2003, mga manonood mula sa tinatayang 300 simbahan sa Korea at sa labinlimang bansa na nakilahok sa Pulong Pagpapasiglang-Muli.

Ang kapangyarihan ng Diyos ay nagtangkang ipakilala ang proseso na kung saan ang isang tao ay makakatagpo ang Diyos at makatatanggap ng kanyang kapangyarihan, ang naiibang mga antas ng kapangyarihan, ang pinakamataas na kapangyarihan ng pagkalikha na humigit sa hangganan na pinahihintulutan para sa isang nilikhang taong nilalang, at ang mga lugar na kung saan ang kanyang kapangyarihan ay nahahayag.

Ang kapangyarihan ng Diyos ang Manlilikha ay bumababa sa isang indibiduwal na kung gaanong siya ay nagiging kawangis ng Diyos na siyang liwanag. Higit pa dito, kapag siya ay naging kaisa sa ispiritu ng Diyos, maaari niyang maipahayag ang uri ng kapangyarihan na naipahayag ni Jesus. Ito ay sa kadahilanang sa Juan 15:7, ang ating Panginoon ay sinasabi sa atin, "kung kayo'y mananatili sa Akin, at ang salita ko ay mananatili sa inyo hingin ninyo ang anumang inyong nais at ito'y mangyayari sa inyo."

Sapagkat naranasan ko ng personal ang kagalakan at kaligayahan sa kalayaan mula sa pitong taong karamdaman at sakit, upang maging isang lingkod ng kapangyarihan na kawangis ng Panginoon, ako'y nag-ayuno at nanalangin ng ilang araw at panahon pagkatapos na ako'y tawagin upang maging lingkod ng Panginoon. Sinabi sa atin ni Jesus sa Marcos 9:23, "Kung may magagawa! Ulit ni Jesus, 'Mapangyayari ang lahat sa taong may pananalig." Ako man ay nananampalataya at nananalangin din sapagkat pinanghahawakan kong mainam ang pangako ni Jesus." Ang [sinuman] sumasampalataya sa akin, ang mga gawa na aking ginawa, ay magagawa niya rin; at higit pa sa gawang ito ang magagawa niya; sapagkat paroroon ako sa Ama." (Juan 14:12). Bilang resulta, sa pamamagitan ng taunang pulong ng Pagpapasiglang-Muli, ipinakita ng Diyos sa atin ang mga nakamamanghang mga tanda at kababalaghan at binigyan tayo ng di-mabilang na mga kagalingan at mga kasagutan. Higit pa dito, habang sa ikalawang linggo ng 2003 Pagpapasiglang-Muli na Pulong, itinuon ng Diyos ang kapahayagan ng kanyang kapangyarihan sa mga taong bulag, hindi makalakad, makarinig at makapagsalita.

Kahit na kung ang siyensiyang medikal ay may makabago at patuloy na umuunlad, halos tila imposible para sa mga tao na nawalan ng paningin o pandinig ang gumaling. Ang Makapangyarihang Diyos, magkagayunman, ay ipinahayag ang kanyang kapangyarihan upang kapag ako ay nananalangin lamang sa pulpit, ang gawa ng kapangyarihan ng paglikha ay mabagong muli ang mga patay na ugat at mga selyula, at ang mga tao ay makakita, makarinig at makapagsalita. Sa karagdagan, ang bumaluktot na gulugod ay tumuwid, at ang mga tumigas na buto ay naging maluwag upang ang mga tao ay magawang itapon ang kanilang mga saklay, mga tungkod, at mga silyang de-gulong, at tumayo, lumundag at lumakad.

Ang mahimalang gawa ng Diyos ay humihigit din sa panahon at alangaang. Ang mga tao na nakadalo sa Pulong Pampasiglang-Muli sa pamamagitan ng Satellite at sa Internet ay nakaranas din ng kapangyarihan ng Diyos, at ang kanilang patotoo ay ipinapahayag maging sa panahon ngayon.

Iyan ay kung bakit ang mga mensahe mula sa 2003 Pulong Pagpapasiglang-Muli-kung saan ang di-mabilang na mga tao ay naisilang na muli sa pamamagitan ng Salita ng Diyos at lubos na niluwalhati Siya- ay naitala tungo sa isang gawa. Ibinigay ko ang natatanging pasasalamat Geumsun Vin, ang Direktor ng Kawanihang Editoryal at sa kanyang mga pamunuan, at sa kawanihan ng pagsasalin para sa kanilang dedikasyon at puspusan na pag-gawa.

Nawa ang bawat isa sa inyo ay maranasan ang kapangyarihan ng Diyos ang Manlilikha, ang ebanghelyo ni JesuCristo, at ang maapoy na gawa ng Banal na Espiritu, at nawa ang kagalakan at kaligayahan ay umapaw sa inyong buhay-lahat ng ito ay idinadalangin ko sa pangalan ng ating Panginoon!

Jaerock Lee

Pagpapakilala

Isang kinakailangang babasahin na nagsisilbi bilang isang kailangang gabay kung saan ang isang tao ay makapagtataglay ng tunay na pananampalataya at maranasan ang nakamamanghang kapangyarihan ng Diyos.

Ibinigay ko ang lahat ng pasasalamat at kaluwalhatian sa Diyos, na naghatid sa atin upang maisalathala tungo sa isang gawa ang mga mensahe mula sa "Ang ika-11 Dalawang Linggong Pulong sa Pagpapasiglang Muli ni Dr. Jaerock Lee" noong Mayo 2003, na isinagawa sa kalagitnaan ng dakila at kamangha-manghang kapangyarihan ng Diyos.

Ang kapangyarihan ng Diyos ay sasakupin kayo sa biyaya at kirot, habang ito'y naglalaman ng siyam na mensahe mula sa Pagpapasiglang-Muli na Pulong na nangyari sa ilalim ng Paksang "Kapangyarihan", gayundin ang mga testimonya mula sa isang bilang ng mga indibiduwal na direktang nakaranas ng kapangyarihan ng buhay na Diyos at ang ebanghelyo ni JesuCristo.

Sa unang mensahe, "Ang Sumanpalataya sa Diyos", ang katauhang Diyos, ano ang sumampalataya sa kanya at ang mga paraan na kung saan maaari nating makatagpo at maranasan Siya ay ipinaliwanag.

Sa Ikalawang Mensahe, "Ang Sumampalataya sa Panginoon", ang layunin ng pagdating ni Jesus sa lupa, bakit tanging si Jesus lamang ang ating Tagapagligtas, at bakit tayo ay tumanggap ng kaligtasan at kasagutan kapag tayo ay sumasampalataya sa Panginoong Jesus, ay tinalakay.

Ang Mensaheng Ikatlo, "Isang Sisidlan na higit na Maganda kaysa sa isang hiyas," ipinaliwanag kung ano ang maging isang mahalaga, marangal at magandang sisidlan sa paningin ng Diyos, gayundin ang mga pagpapala na bumaba sa gayong sisidlan.

Ang ikaapat na Mensahe, "Ang Liwanag," ipinaliliwanag ang ispirituwal na liwanag, ano ang ating kailangang gawin upang makatagpo ang Diyos na siyang liwanag, at ang mga pagpapala na matatanggap natin kapag tayo ay lumakad sa liwanag.

Ang Ikalimang Mensahe, "Ang Kapangyarihan ng Liwanag," ay sumasaliksik tungo sa apat na magkaibang antas ng kapangyarihan ng Diyos na naipahayag sa pamamagitan ng mga nalikhang taong nilalang sa pamamagitan ng iba't ibang kulay ng liwanag, gayundin ang mga tunay na buhay ng testimonya ng magkakaibang uri ng kagalingan na naipahayag sa bawat antas. Higit pa dito, sa pagpapakilala sa Pinakamataas na kapangyarihan ng Pagkalikha, ang walang hanggang kapangyarihan ng Diyos at ang mga paraan na kung saan tayo ay maaaring makatanggap ng kapangyarihan ng liwanag ay ipinaliwanag sa detalye.

Batay sa proseso na kung saan ang lalaking ipinanganak na bulag ay nakatanggap ng paningin pagkaraang makatagpo si Jesus at ang mga patotoo mula sa bilang ng mga tao na nakatanggap ng paningin at nagpagaling sa malabong paningin, ang Ikaanim na Mensahe, "Ang
mga Mata ng Bulag ay Nabubuksan," ay makakatulong sa inyo na maunawaan ng una ang kapangyarihan ng Diyos ang Manlilikha.

Sa Ikapitong Mensahe, "Ang mga tao ay babangon, lulukso at lalakad," ang kasaysayan ng isang paralitiko na lumapit kay Jesus sa tulong ng kanyang mga kaibigan, bumangon, at lumakad, ay masusing sinuri. Higit pa dito, ang Mensahe ay nakapagpapaliwanag din sa mga mambabasa sa mga uri ng mga gawa ng pananampalataya na kanilang iaalay sa Diyos upang makaranas ng gayong kapangyarihan ngayon.

Ang Ikawalo ng Mensahe, "Ang mga tao ay Magagalak, Sasayaw at Aawit," ay sumasaliksik sa kasaysayan ng isang bingi-pipi na tumanggap ng kagalingan nang siya ay lumapit kay Jesus at ipinakilala ang mga paraan na kung saan maaari rin nating maranasan ang gayong kapangyarihan sa ngayon.

Katapus-tapusan, sa Ikasiyam na Mensahe, "Ang Di-nagmamaliw na Pangangalaga ng Diyos," mga propesiya sa mga huling araw at ang pangangalaga ng Diyos para sa Manmin Central Church-kapwa kung saan ipinahayag ng Diyos mismo buhat ng pagkakatatag ng Manmin ng mahigit na dalawampung taon na ang nakalipas-ay ipinaliwanag ng may kapayakan.

Sa pamamagitan ng gawang ito, nawa ang di-mabilang na mga tao ay lumapit upang magtaglay ng tunay na pananampalataya, laging maranasan ang kapangyarihan ng Diyos ang Manlilikha, at magamit bilang sisidlan ng Banal na Espiritu at maisakatuparan ang kanyang pangangalaga, sa pangalan ng ating Panginoon JesuCristo idinadalangin ko!

Geumsum Vin
Direktor ng Kawanihang Editoriyal

Mga Nilalaman

Mensaheng 1

Ang Sumampalataya sa Diyos (Hebreo 11:3) · 1

Mensaheng 2

Ang Sumampalataya sa Panginoon (Hebreo 12:1-2) · 25

Mensaheng 3

Isang Sisidlang Higit na Maganda

kaysa sa isang Hiyas (2 Timoteo 2:20-21) · 47

Mensaheng 4

Ang Liwanag (1 Juan 1:5) · 67

Mensaheng 5

Ang Kapangyarihan ng Liwanag (1 Juan 1:5) · 85

Mensaheng 6

Ang mga Mata ng Bulag ay Mabubuksan (Juan 9:32-33) · 117

Mensaheng 7

Ang mga Tao ay Babangon, Lulukso,
at Lalakad (Marcos 2:3-12) · 135

Mensaheng 8

Ang mga Tao ay Magagalak,
Sasayaw at Aawit (Marcos 7:31-37) · 157

Mensaheng 9

Ang Di-Nagmamaliw na Pangangalaga
ng Diyos (Deuteronomio 26:16-19) · 179

Mensahe 1
Ang Sumampalataya sa Diyos

Hebreo 11:3

Sa pamamagitan ng pananampalataya nauunawaan natin na ang buong sanlibutan ay nalikha sa pamamagitan ng Salita ng Diyos, upang anomang mga bagay na nakikita ay hindi nalikha mula sa mga bagay na nakikita.

Halleluyah! Ibinibigay ko ang lahat ng pasasalamat at kaluwalhatian sa Amang Diyos na nagpala sa atin upang magsagawa ng ika-11 Dalawang Linggong Natatanging Pulong Pagpapasiglang-Muli.

Buhat sa unang taunang Dalawang Linggong Natatanging Pulong Pagpapasiglang-Muli na isinagawa noong Mayo 1993, di-mabilang na mga tao ang siyang naunang makaranas ng lumalakas na kapangyarihan at ang gawa ng Diyos, na kung saan ang mga karamdaman na hindi magawang pagalingin ng makabagong medisina ay napagaling at ang mga suliranin na hindi magawang malutas ng Siyensiya ay nalutas. Sa loob ng 11 taon, gaya ng ating matatagpuan sa Marcos 16:20, ang Diyos ay pinatunayan ang kanyang salita sa pamamagitan ng mga tanda na sumunod dito.

Sa pamamagitan ng mga mensahe ng napakalalim na pananampalataya, katuwiran, laman at espiritu, kahutihan at liwanag, pag-ibig, at ang mga tulad nito, ang Diyos ay naghatid sa bilang ng mga kasapi ng Manmin sa mas malalim na espirituwal na daigdig. Higit pa dito, sa pamamagitan ng bawat Pulong Pagpapasiglang-Muli, ang Diyos ay naghatid sa atin upang saksihan ang kayang kapangyarihan nang una upang sa gayon ito ngayon ay maging isang tanyag sa mundo na Pulong Pagpapasiglang-Muli.

Sinasabi sa atin ni Jesus sa Marcos 9:23, "Kung iyong magagawa!" Ulit ni Jesus. "Mapangyayari ang lahat sa taong may pananalig." Kaya nga, kung tayo ay magtataglay ng tunay na pananampalataya, walang imposible para sa atin at tayo ay makatatanggap ng anumang ating hinahanap.

Ano, kung gayon, ang tayo ay sumasampalataya at paano natin sasampalatayanan ito? Kung hindi natin nakikilala at pinaniniwalaan ang Diyos ng may kawastuhan, hindi natin magagawang maranasan ang kanyang kapangyarihan at ito ay magiging mahirap upang makatanggap ng kasagutan mula sa kanya. Iyan ay kung bakit ang pagkaunawa at pananampalataya ng mga kawastuhan ay ang pinakamahalaga.

Sino ang Diyos?

Una, ang Diyos ang may akda ng animnapu't anim na aklat sa Bibliya 2 Timoteo 3:16 ay nagpapaalala sa atin na "Ang lahat ng kasulatan ay kinasihan ng Diyos." Ang Bibliya ay binubuo ng animnapu't anim na mga aklat at tinatayang naitala ng tatlumpu't apat na magkakaibang tao sa mahigit na 1,600 taon. Datapuwat, ang pinakamahalagang aspeto ng bawat aklat ng Bibliya ay ang, sa kabila ng katotohanan na ito ay naitala ng maraming magkakaibang tao sa mahigit na maraming siglo, buhat sa simula hanggang sa wakas ito ay magkasundo at tumutugon sa bawat isa. Sa ibang salita, ang Bibliya ay ang Salita ng Diyos na naitala sa pagkasi ng magkakaibang tao na kanyang itinalagang angkop mula sa magkakaibang panahon ng kasaysayan, at sa pamamagitan nito kanyang ipinahayag ang kanyang sarili. Iyan ay kung bakit yaong mga taong naniniwala sa

Bibliya na Salita ng Diyos at sinusunod ito ay maaaring makaranas ng mga pagpapala at biyayang kanyang ipinangako.

Sumunod, ang Diyos ay "Ako ay Ako nga" (Exodo 3:14). Di tulad ng mga diyos-diyosan na nalikha ng mga imahinasyon ng tao o nililok ng kanyang kamay, ang ating Diyos ay ang tunay na Diyos na siyang naroon na bago pa man ang walang hanggan tungo sa walang hanggan. Higit pa dito, maaari nating maisalarawan ang Diyos bilang pag-ibig (1 Juan 4:16), liwanag (1 Juan 1:5), at ang hukom ng lahat ng bagay sa wakas ng panahon.

Datapuwa't, higit sa lahat dapat nating tandaan na ang Diyos, sa kanyang nakamamanghang kapangyarihan, nilikha ang lahat ng mga bagay sa langit at sa lupa. Siya ang Makapangyarihang Isa na may matatag na kapahayagan ng kanyang kamanghamanghang kapangyarihan mula sa panahon ng Pagkalikha hanggang sa ngayon.

Ang Manlilikha ng Lahat ng Bagay

Sa Genesis 1:1, ang ating matatagpuan na "Sa Pasimula nilikha ng Diyos ang langit at ang lupa." Ang Hebreo 11:3 ay nagsasabi sa atin, "Sa pamamagitan ng pananampalataya nauunawaan natin na ang sanlibutan ay nilikha sa pamamagitan ng Salita ng Diyos upang ang anumang bagay na nakikita ay hindi nalikha mula sa mga bagay na nakikita."

Sa kalagayan ng kawalang-laman sa pasimula ng panahon, sa pamamagitan ng kapangyarihan ng Diyos ang lahat ng bagay sa sansinukob ay nalikha. Sa pamamagitan ng kanyang kapangyarihan, nalikha ng Diyos ang araw at ang buwan sa kalangitan, mga halaman at mga puno, mga ibon at mga hayop, isda sa karagatan at ang sangkatauhan.

Sa kabila ng katotohanang ito, maraming tao ang hindi magawang sumampalataya sa Diyos ang Manlilikha sapagkat ang kaisipan ng paglikha ay payak na lubhang salungat sa kaalaman o karanasan na kanilang natamo at nakamit sa sanlibutan. Magpahalimbawa, sa isipan ng gayong mga tao, ito ay hindi maaaring mangyari para sa lahat ng bagay sa sansinukob na malikha sa atas ng Diyos mula sa kalagayan ng walang laman.

Ito'y kung bakit ang teoriya ng ebolusyon ay nabuo sa isipan. Ang mga tumatangkilik sa teoriya ng ebolusyon ay nakikipagtalo na isang buhay na organismo ay humantong sa pagkakaroon sa pamamagitan ng pagkakataon, sumibol sa kanyang sarili, at dumami. Kung ang mga tao ay ikinakaila ang paglikha ng Diyos sa uniberso ng may gayong balangkas ng kaalaman, hindi nila magagawang sumampalataya sa ibang bahagi ng Bibliya. Hindi nila magagawang paniwalaan ang pangangaral ng pagkakaroon ng langit at impiyerno sapagkat hindi pa sila nakarating doon, at sa pagpapahayag sa Anak ng Diyos na isinilang na isang tao, namatay, nabuhay-muli, at umakyat sa langit.

Magkagayonman, ating matatagpuan na ang siyensiya ay umuunlad, ang kawalang-katotohanan ng ebolusyon ay nahayag habang ang katotohanan ng paglikha ay patuloy na magkakaroon ng tibay. Kahit na kung hindi tayo makapagpapakita ng listahan ng mga siyentipikong katibayan, mayroong mga sanglaksang halimbawa na nagpapatunay sa paglikha.

Mga Katibayan na kung Saan Magagawa nating sumampalataya sa Diyos ang Manlilikha

Narito ang isang gayong halimbawa. Mayroong mahigit sa dalawang daang bansa at higit pang naiibang katutubong grupo ng mga tao. Datapuwa't kung silaman ay mga puti, itim, o dilaw, bawat isa sa kanila ay mayroong dalawang mata. Bawat isa sa kanila ay may dalawang tainga, isang ilong, at dalawang butas ng ilong. Ang ganitong disenyo ay nagagamit hindi lamang sa mga taong nilalang kundi maging sa mga hayop sa sangkalupaan, mga ibon sa himpapawid, at isda sa mga karagatan. Dahil lamang sa ang trompa ng elepante ay lubhang naiiba ang laki at haba, ito'y hindi nangangahulugan na ito ay nagtataglay ng higit pa sa dalawang butas ng ilong. Bawat taong nilalang, mga hayop, mga ibon, at isda ay may iisang bibig, at ang posisyon ng pagkakalagay ng bibig ay magkakatulad. Mayroong mga matalinong pagkakaiba patungkol sa posisyon ng bawat sangkap sa magkakaibang uri, nagamit para sa pinakabahagi ng kayarian at posisyon ay hindi makilala.

Paano ang mangyayari na ang lahat ng ito ay naganap ng "nagkataon" lamang? Ito ay isang piraso ng matibay na katibayan na isang Manlilikha ang nagdisenyo at nag-anyo sa di-mabilang na mga tao, mga hayop, mga ibon at isda. Kung mayroon mang higit sa isang manlilikha, ang anyo kayarian ng mga buhay na bagay ay maaaring magkakaiba habang ayon sa bilang at kagustuhan ng mga manlilikha. Magkagayunman, sapagkat ang ating Diyos ay ang tanging Manlilikha, lahat ng buhay na bagay ay nabuo ayon sa magkatulad na disenyo.

Higit pa dito, maaari nating matagpuan ang di-mabilang na higit pang mga katibayan sa kalikasan at sa uniberso, lahat ng ito ay naghahatid sa atin upang sumampalataya sa pagkakalikha ng Diyos sa lahat ng bagay. Tulad sa Roma 1:20 sinasabi sa atin "Sapagkat buhat sa pagkalikha ng sanlibutan ang kanyang di-nakikitang kalikasan, kanyang walang hanggang kapangyarihan at banal na kalikasan, ay maliwanag na nakikita, yamang nauunawaan, sa pamamagitan ng anumang nagawa niya, upang sila ay walang maidahilan; Dinisenyo ng Diyos at binuo ang lahat ng mga bagay upang ang katotohanan ng kanyang pagkakaroon ay hindi maipagkakaila o pabulaanan.

Sa Habakuk 2:18-19, sinasabi sa atin ng Diyos, "Ano ang kabuluhan ng isang diyos-diyosan nang matapos na hugisan ito ng lumilok sa kanya, o isang larawan, isang tagapagturo ng kasinungalingan? Sapagkat ang manlililok nito ay nagtitiwala sa kanyang sariling likha. Kailangan siya'y gumagawa ng mga d-nagsasalitang diyos-diyosan. Kahabag-habag ang siyang nagsasabi sa isang pirasong kahoy na "Gumising ka! Sa isang piping bato na, Bumangon ka!" At ito ang iyong tagapagturo?

Masdan mo, ito ay nababalutan ng ginto at pilak, at walang anumang hininga sa loob nito." Kung sino man sa inyo ang nakapaglingkod o sumampalataya sa mga idolo na hindi nakikilala ang Diyos, dapat kang ganap na magsisi sa iyong mga kasalanan sa pamamagitan ng pagsira ng iyong puso.

Mga Biblikal na Katibayan na kung Saan Maari nating tiyak na sumampalataya sa Diyos ang Manlilikha.

Mayroon pa ring maraming tao na hindi magawang sumampalataya sa Diyos sa kabila ng di-masukat na bilang ng mga katibayan na nakapalibot sa kanila. Iyan ay kung bakit, sa pamamagitan ng kapahayagan ng kanyang kapangyarihan, ipinakita ng Diyos sa atin ang higit na malinaw at hindi maikakailang mga katibayan ng kanyang pagkakaroon. Ang mga himalang

hindi magagawang maipakita ng tao, pinahihintulutan ng Diyos ang sangkatauhan na sumampalataya sa kanyang pagkakaroon at kamangha-manghang gawa.

Sa Bibliya, mayroong mga nakahahalinang mga pangyayari na kung saan ang kapangyarihan ng Diyos ay nahayag. Ang Dagat na Pula ay nahati, ang araw ay huminto o ito'y nagtungo pabalik, at ang apoy mula sa langit ay bumaba. Ang mapait na tubig sa ilang ay naging matamis, naiinom na tubig habang mula sa isang bato bumukal ang tubig. Ang patay ay nabuhay, mga karamdaman ay gumaling, at tila natatalo nang digmaan ay napagwagian.

Kapag ang mga tao ay sumasampalataya sa makapangyarihang Diyos at humingi sa Kanya. Maaari nilang maranasan ang di-malirip na gawa ng kanyang kapangyarihan. Iyan ay kung bakit itinala ng Diyos sa Bibliya ang maraming pangyayari na kung saan ang kanyang kapangyarihan ay naihayag at pinagpala tayo upang sumampalataya.

Datapuwa't, ang gawa ng kanyang kapangyarihan ay hindi naroon sa Bibliya lamang. Dahilan sa ang Diyos ay hindi nagbabago, sa pamamagitan ng di-mabilang na tanda, kababalaghan at gawa ng kanyang kapangyarihan, kanyang ipinapahayag ang kanyang kapangyarihan sa pamamagitan ng mga tunay na mananampalataya sa buong mundo sa ngayon, kanyang ipinangako sa atin ito. Sa Marcos 9:23, pinatunayan sa atin ni Jesus, "Kung magagawa mo! Lahat ng bagay ay mapangyayari sa kanya na sumasampalataya." Sa Marcos 16:17-18 ang ating Panginoon ay ipinaalala sa atin, "Ito ang mga tanda na susunod sa mga taong sumasampalataya: Sa Aking pangalan magpalayas sila ng mga demonyo.sila'y magsasalita ng bagong wika; sila ay dadampot ng ahas, at kung sila man ay makainom ng lason, hindi sila masasaktan; kanilang ipapatong ang mga may sakit at ang may sakit ay gagaling.

Ang Kapangyarihan ng Diyos ay Nahayag sa Manmin Central Church

Ang simbahan na siyang aking pinaglilingkuran bilang

*"Gaano ako nagpapasalamat
Nang iyong iligtas ang aking buhay...
Inakala ko na ako'y mananangan sa
aking mga saklay sa buong buhay ko.*

*Ngayon, ako'y nakakalakad...
Ama, Ama salamat sa iyo!"*

Diyakonesa Johana Park, na permanente sanang may kapansanan itinapon at naglakad matapos tumanggap ng panalangin matandang pastor, Manmin Central Church, ay nahayag ang gawa ng kapangyarihan ng Diyos ang Manlilikha na minsan at muli pa habang ito ay nagsisikap na maipalaganap ang ebanghelyo hanggang sa wakas ng mundo. Buhat sa pagkakatatag noon 1982 hanggang sa ngayon. Ang Manmin ay naghatid sa di-mabilang na mga tao sa daan ng kaligtasan sa kapangyarihan ng Diyos ang Manlilikha. Ang pinakakapansin-pansin na gawa ng kanyang kapangyarihan ay ang kagalingan ng mga karamdaman at kahinaan. Kapangyarihan ay ang kagalingan ng mga karamdaman at kahinaan. Maraming tao na may "di-gumagaling na karamdaman tulad ng kanser, tuberkulosis, paralisis, cerebral palsy, luslos, arthritis, leukemia, at ang mga tulad nito ay napagaling. Ang mga demonyo ay napalayas, ang pilay ay tumayo at nagsimulang lumakad at tumakbo, at yaong mga taong naging paralitiko mula sa iba't ibang aksidente ay gumaling. Sa karagdagan, kapagdaka matapos na tumanggap ng panalangin, maraming tao na nagdusa mula sa malubhang pagkasunog ay gumaling ng walang anumang nakapanghihilakbot na pilat na natira. Ang iba na kung saan ang mga katawan ay naging matigas at ganap ng nawala ang kamalayan mula sa pagdudugo ng utak o pagkalason sa gas ay nabuhay muli at nakabawi kaagad. Samantala ang iba na huminto na ang paghinga ay nabuhay muli matapos makatanggap ng panalangin.

May mga ilan, na hindi nagkakaroon ng anak matapos ang lima, pito, sampu, maging dalawampung taon ng pag-aasawa,

"Aking hinahangad na magtungo sa iyong Ama, ngunit ano ang mangyayari sa a[king] mga minamahal kapag ako'y nawala? Panginoon, kung iyong bibigyan ak[o ng] buhay, aking ihahandog ito sa iyo..."

Matandang Moonki Kim, na bigla na lang nalugmok mula sa apopleksiya sa utak, ay napanauli ang kamalayan at tumindig matapos ang panalangin ni Dr. Jaerock Lee.

nakatanggap ng mga pagpapala ng pagbubuntis pagkatapos na makatanggap ng panalangin. Di-mabilang na indibiduwal na hindi magawang makarinig, makakita, at makapagsalita ang lubos na nilluluwalhati ang Diyos matapos na gumaling yaong mga kakayahan sa panalangin.

Maging kung ang siyensiya at medisina ay nakagawa ng malahiganteng lukso taon-taon, siglo bawat siglo, mga patay na ugat ay hindi magagawang mabuhay at likas na pagkabulag o pagkabingi ay hindi mapapagaling. Magkagayonman, ang makapangyarihang Diyos ay magagawang gawin ang anumang bagay, yamang lumikha siya ng isang bagay mula sa wala.

Aking naranasan ang kapangyarihan ng makapangyarihang Diyos mismo. Ako ay nasa bingit ng kamatayan sa loob ng pitong taon bago ako sumampalataya sa kanya. Ako ay may karamdaman sa lahat ng bahagi ng aking katawan, maliban sa aking dalawang mata, kaya ako ay binansagan na "ang tindahan ng karamdaman." Sa kawalang kabuluhan o pag-asa aking sinubukan ang silanganin at kanluraning medisina, medisina ng mga ketongin, lahat ng uri ng halaman, mga apdo ng oso at mga aso, alupihan at maging ang ihi. Ginawa ko ang lahat ng makakaya nang mga napakasakit na pitong taong yaon. Nang ako ay nasa malabis na kawalan ng pag-asa sa tag-sibol ng 1974, ako ay may di-nakakapaniwalang karanasan. Sa sandaling nakatagpo ko ang Diyos ay lagi akong pinangangalagaan upang hindi na ako magkasakit. Maging kung ako ay nakadarama ng munting pagkaasiwa sa anumang bahagi ng aking katawan, pagkatapos ng panalangin na may pananampalataya ako ay kaagad na gumagaling.

Bukod sa aking sarili at sa aking pamilya, nalalaman ko na maraming kasapi ng Manmin sumasampalataya ng tapat sa makapangyarihang Diyos at sa gayon, sila ay laging malusog ang pangangatawan at hindi nakabatay lamang sa medisina. Sa pagpapasalamat sa habag ng Diyos ang Manggagamot, maraming tao na naging mabuti ang ngayon ay naglilingkod sa simbahan bilang mga tapat na ministro ng Diyos, matatanda, diyakono at diyakonesa at mga manggagawa.

Ang kapangyarihan ng Diyos ay hindi nalilimitahan sa pagpapagaling ng mga karamdaman at kahinaan. Buhat nang ang simbahan ay natatag noong 1982, maraming kasapi sa Manmin ang nakasaksi sa di-mabilang na pangyayari na kung saan ang panalanging may pananampalataya sa kapangyarihan ng Diyos ang siyang may kontrol sa panahon gaya ng pagpapatigil nito sa malakas na ulan, ipinagsanggalang ang mga kasapi ng Manmin ng ulap sa matinding sikat ng araw, at naging sanhi na ang mga bagyo ay tumigil o mabago ang kanilang daan. Magpahalimbawa, tuwing Hulyo at Agosto ang pangtag-araw na pagretirada sa buong simbahan ay isinasagawa. Kahit na kung ang ibang bahagi ng Timog Korea ay dumanas ng pagdurusa mula sa mga pagkawasak na dulot ng mga bagyo, at pagbaha, ang kinaroroonan at bahagi ng bansa kung saan ang pagretirado ay isinasagawa madalas na nananatiling buo mula sa malakas na ulan at ibang likas na sakuna. Isang bilang na kasapi ng Manmin ay nakikita rin ng mga bahag-hari sa regular na paraan maging sa araw kailanman ito'y hindi umulan bago pa man.

Mayroong isang higit na nakamangha sa aspeto ng kapangyarihan ng Diyos. Ang gawa ng kanyang kapangyarihan ay nahahayag kahit na hindi ako direktang mananalangin para sa mga taong may sakit. Di-mabilang na mga tao ang lubos na lumuluwalhati sa Diyos pagkatapos na makatanggap ng kagalingan at mga pagpapala sa pamamagitan ng "Panalangin sa maysakit" para sa buong kapulungan mula sa pulpito, at ang "Panalangin" ay itinala sa mga sipi pang-radyo, Internet brodkast, at awtomatikong mensahe sa telepono.

Higit pa dito, sa Gawa 19:11-12 ating matatagpuan, "At gumawa ng pambihirang kababalaghan ang Diyos sa pamamagitan ni Pablo, kahit na panyo o delantar na kanyang ginamit ay dinala sa maysakit. Gumaling ang mga ito at umaalis sa kanila ang masasamang espiritu." Gayundin, sa pamamagitan ng mga panyo na aking ipinanalangin, ang gawa ng nakamamanghang kapangyarihan ng Diyos ay naihayag.

Higit pa dito, kapag aking ipinatong ang aking mga kamay at ipinanalangin ang mga larawan ng may sakit, ang kagalingan na humihigit sa panahon at lugar ay nagaganap sa buong mundo. Ito ay kung bakit, kapag ako ay nagdaos ng isang krusada sa ibayong dagat, lahat ng uri ng mga karamdaman at kahinaan, kasama na ang nakamamatay na AIDS, ay pinagagaling sa isang iglap sa pamamagitan ng kapangyarihan ng Diyos na humihigit sa panahon at lugar.

Ang Maranasan ang Kapangyarihan ng Diyos

Ito ba'y nangangahulugan na sinuman na sumampalataya sa Diyos ay maaaring maranasan ang nakagugulat na gawa ng kanyang kapangyarihan at makatanggap ng mga kasagutan at mga pagpapala? Maraming tao ang nagpapahayag ng kanilang pananampalataya sa Diyos, subalit hindi lahat sa kanilang pananampalataya sa Diyos. Subalit hindi lahat sa kanila ang nakaranas ng kapangyarihan. Maaari mong maranasan ang kanyang kapangyarihan kapag ang iyong pananampalataya sa Diyos ay naipakita lamang sa gawa at kanyang tinanggap, "Nalalaman kong ikaw ay sumasampalataya sa akin."

Ang Diyos ay isasaalang-alang ang tiyak na katotohanan na ang isang tao na nakikinig sa pangangaral ng iba at dumarating upang dumalo sa isang pagsambang gawain bilang "pananampalataya." Magkagayunman, upang taglayin ang tunay na pananampalataya na kung saan maaari kang makatanggap ng kagalingan at mga kasagutan, dapat mong pakinggan at malaman ang tungkol sa kung sino ang Diyos, patungkol kung bakit si Jesus ay ating tagapagligtas, at ang pagkakaroon ng langit at impiyerno. Kapag iyong naunawaan ang mga ganitong sanhi, magsisi ka sa iyong mga kasalanan, tanggapin si Jesus bilang iyong tagapagligtas, at ang Banal na Espiritu, ikaw ay makatatanggap ng karapatan bilang isang anak ng Diyos. Ito ang unang hakbang tungo sa tunay na pananampalataya.

Ang mga tao na nagtataglay ng tunay na pananampalataya ay magpapakita ng mga gawa na magpapatunay sa gayong pananampalataya. Makikita ng Diyos ang mga gawa ng pananampalataya at tutugon sa mga hangarin ng kanilang puso. Yaong mga tao na naranasan ang gawa ng kanyang kapangyarihan ay ipinapahayag ang mga katibayan ng pananampalataya sa kanya at pinagtitibay ng Diyos.

Bigyang-lugod ang Diyos ng mga Gawa ng Pananampalataya

Narito ang ilang mga halimbawa mula sa Bibliya. Una, sa 2 hari 5 ay ang kasaysayan ni Naaman, pinuno ng hukbo ng hari ng Aram. Naranasan ni Naaman gawa ng kapangyarihan ng Diyos matapos na maipakita ang mga gawa ng kanyang pananampalataya sa pagsunod kay Propeta Eliseo, na sa pamamagitan niya nangusap ang Diyos.

Si Naaman ay isang kilalang heneral ng kaharian ng Aram. Nang siya ay magkaroon ng ketong dinalaw ni Naaman si Eliseo, na napabalita na gumagawa ng mahimalang kababalaghan.

Magkagayunman, kapag ang gayong isang maimpluwensiya at kilalang heneral tulad ni Naaman na dumating kay Eliseo na may napakalaking halaga ng ginto, pilak at mga damit, ang propeta ay munti lang na nagpadala ng isang mensahero kay Naaman, at sinabi sa kanya, "Humayo ka, hugasan mo ang iyong sarili ng pitong beses sa ilog Jordan."

Noong una, si Naaman ay hayag na nagalit sapagkat hindi siya nakatanggap ng nararapat na pagtrato mula sa propeta. Sa karagdagan, sa halip na ipanalangin siya ni Eliseo, si Naaman ay sinabihan na humayo upang hugasan ang kanyang sarili sa ilog Jordan. Gayunman, si Naaman ay kaagad na nagbago ng kanyang isipan at sumunod. Bagaman ang mga salita ni Eliseo ay hindi niya gusto at hindi nakikiayon sa kanyang isipan, si Naaman ay detrminado upang kahit na paano ay subukang sundin ang propeta ng Diyos.

Sa mga oras na hinuhugasan ni Naaman ang kanyang sarili ng anim na beses sa ilog Jordan, walang hayag na pagbabago ang nangyayari sa kanyang ketong. Datapuwa, nang si Naaman ay hinugasan ang kanyang sarili sa Jordan ng ikapitong beses, ang kanyang balat ay nanauli at naging malinis na tulad sa isang batang lalaki (v.14).

Sa ispirituwal, "ang tubig" ay sumisimbolo sa salita ng Diyos. Ang katotohanan na ng si Naaman ay inilubog ang kanyang sarili sa ilog Jordan ay nangangahulugan na sa pamamagitan ng kanyang salita, si Naaman ay nalinis sa kanyang mga kasalanan. Bukod pa roon, ang bilang na "7' ay nangangahulugan ng kaganapan; Ang katotohanan na nang si Naaman ay inilubog ang kanyang sarili sa ilog ng "pitong beses" ay nangangahulugan na ang heneral ay tumanggap ng kumpletong kapatawaran.

Sa parehong sagisag, kung nais natin na makatanggap ng kasagutan ng Diyos, dapat muna tayong lubos na pagsisihan ang lahat ng ating mga kasalanan, sa paraan na ginawa ni Naaman. Datapuwat, ang pagsisisi ay hindi natatapos sa pagsasabi lamang ng, "Ako'y nagsisisi. Ako ay nagkamali." Dapat mong "sirain ang iyong puso." (Joel 2:13). Bukod pa roon, kapag ikaw ay lubos na nagsisi sa iyong mga kasalanan, dapat mong pagpasyahan na hindi mo na muling gagawin ang parehong kasalanan. Sa gayon lamang ang pader ng kasalanan sa pagitan mo at nang Diyos ay mawawasak, ang kaligayahan ay bubukal mula sa loob, ang iyong mga suliranin ay malulutas, at ikaw ay makakatanggap ng kasagutan sa nais ng iyong puso.

Ikalawa, sa 1 Hari 3 ating matatagpuan si Haring Solomon na naghahandog ng isang libong handog na susunugin sa Diyos. Sa pamamagitan ng mga handog na ito si Solomon ay nagpakita ng mga gawa ng kanyang pananampalataya upang nakatanggap ng kasagutan ng Diyos, at bilang bunga ng pangyayari na natanggap mula sa Diyos hindi lamang sa kung ano ang kanyang hiniling, kundi maging anoman na hindi niya hiniling.

Para kay Solomon ang maghandog ng isang handog na susunugin, ito'y nangangailangan ng isang napakalaking halaga ng dedikasyon. Para sa bawat handog, ang hari ay kailangang humuli ng mga hayop at ihanda ang mga ito. Maaari mo bang isipin na kung gaano ang panahon, pagsisikap at salapi na ginugol upang magbigay ng gayong mga handog isang libong beses? Ang uri ng pagkamatapat ni Solomon na ipinapahayag ay hindi maaaring mangyari kung ang hari ay hindi sumasampalataya sa buhay na Diyos.

Nang Makita Niya ang dedikasyon ni Solomon, binigyan siya ng Diyos hindi lamang ng karunungan, na siyang orihinal na hiningi ng hari, kundi maging mga kayamanan at karangalan- upang sa kanyang kapanahunan ay walang makapantay sa mga hari.

Kahuli-hulihan, sa Mateo 15 ay ang kasaysayan ng isang babae mula sa Siria-Pinisia a kung saan ang kanyang anak na babae ay inaalihan ng demonyo. Siya ay lumapit kay Jesus sa isang mapagkumbaba at di-nagbabagong puso, humiling kay Jesus para sa kagalingan, at tinanggap ang ninanais ng kanyang puso sa katapusan. Gayunman, sa marubdob na pagmamakaawa ng babae, si Jesus ay hindi muna tumugon, "Mabuti, ang iyong anak ay magaling na." Sa halip sa kanyang sinabi sa babae, "Hindi makabubuti na kunin ang pagkain ng mga anak at ihagis ito sa mga aso." (v. 26). Kanyang ikinumpara ang babae sa isang aso. Kung ang babae ay walang pananampalataya, siya ay maaaring alinman sa lubhang napahiya o di-mapigilang magalit. Datapuwat ang babaeng ito ay mayroong pananampalataya na makakasiguro sa kanya ng kasagutan ni Jesus, at hindi nabigo man o ni nanlumo man. Sa halip, siya ay kumapit kay Jesus nang mas may pagpapakumbaba. "Tunay nga, Panginoon," sabi ng babae kay Jesus, "ngunit maging ang mga aso man ay kumakain sa mga mumong nahuhulog mula sa hapag ng kanilang panginoon." Dahil dito, si Jesus ay lubhang nasiyahan sa pananampalataya ng babae at kaagad na pinagaling ang kanyang anak na inaalihan ng demonyo.

Kahalintulad, kung gusto nating makatanggap ng kagalingan at mga kasagutan, dapat ipakita ang ating pananampalataya hanggang sa huli. Higit pa dito, kung ikaw ay nagtataglay ng pananampalataya na kung saan ikaw ay nakatatanggap ng kanyang mga kasagutan, dapat mong ialay nang pisikal ang iyong sarili sa Diyos.

Tunay nga, sapagkat ang kapangyarihan ng Diyos ay nahahayag ng lubos sa Manmin Central Church, maaaring mangyari na makatanggap ng kagalingan sa panyo na aking ipinapanalangin o sa mga larawan, gayunman, maliban ang isang taong may karamdaman ay nasa kritikal na kalagayan o nasa ibang bansa, ang tao mismo ay dapat na lumapit sa Diyos. Ang isang tao ay maaaring mararanasan ang kapangyarihan ng ng Diyos pagkatapos lamang na makarinig ng kanyang salita at magtaglay ng pananampalataya. Higit pa dito, kung ang isang tao ay may kapansanan sa isipan o inaalihan ng demonyo at sa gayon hindi magagawang lumapit sa Diyos sa kanyang sariling pananampalataya, kung gayon tulad sa babaeng mula sa Sirofinisia, ang kanyang mga magulang o pamilya ay dapat na lumapit sa Diyos para sa kanyang kapakanan na may pag-ibig at pananampalataya.

Sa karagdagan sa mga ito, mayroong maraming katibayan ng pananampalataya. Magpahalimbawa, sa harap ng isang indibiduwal na nagtataglay ng pananampalataya na sa pamamagitan nito maaari siyang makatanggap ng kasagutan, kaligayahan at pasasalamat ay laging nahahayag. Sa Marcos 1:24 sinasabi ni Jesus sa atin "kaya nga sinasabi ko sa inyo, lahat ng bagay na iyong ipinanalangin at hiniling, paniwalaan na inyo nang tinanggap ang mga ito, at ang mga ito'y mapapasaiyo." Kung kayo'y may tunay na pananampalataya, ikaw ay magalak at magiging mapagpasalamat sa lahat ng oras. Sa karagdagan, kung iyong ipinapahayag na ikaw ay sumasampalataya sa Diyos, ikaw ay susunod at mamumuhay sa kanyang salita. Yamang ang Diyos ay liwanag, ikaw ay magsisikap na lumakad sa liwanag at magbago.

Ang Diyos ay nasisiyahan sa ating mga gawa ng pananampalataya at mga kasagutan na ninanais ng ating puso. Ikaw ba'y nagtataglay ng uri ng sukat ng pananampalataya na siyang nararapat sa Diyos?

Sa Hebreo 11:6 tayo ay pinaalalahanan, "Sapagkat kung walang pananampalataya ay hindi maaaring malugod ang Diyos, sapagkat siya na lumalapit sa Diyos ay dapat na sumampalataya na siya ay Diyos at Siya ang naggagantimpala sa mga taong naghahanap sa kanya."

Sa wastong pagkaunawa na kung ano ang kahulugan ng pagsampalataya sa Diyos at ipinapahayag ang inyong pananampalataya, nawa ang bawat isa sa inyo ay mabigyang-lugod Siya, maransan ang kanyang kapangyarihan at mamuhay ng pinagpalang pamumuhay, sa pangalan ng ating Panginoong JesuCristo idinadalangin ko!

Mensahe 2
Ang Sumampalataya sa Panginoon

Hebreo 12:1-2

Kaya nga, Yamang naliligid tayo ng makapal na saksi, iwinaksi natin ang kasalanan at ang anumang balakid na pumipigil sa atin, at tayo'y buong tiyagang nagpapatuloy sa takbuhing nasa ating harapan. Ituon natin ang ating paningin kay Jesus na siyang pinagmulan ng ating pananampalataya, at siya ring magpapasakdal nito. Dahil sa kagalakang naghihintay sa kanya, hindi niya ikinahiya ang mamatay sa krus, at siya ngayo'y nakaluklok sa kanan ng trono ng Diyos

Maraming tao sa ngayon ang nakarinig na sa pangalang "JesuCristo." Isang nakakagulat na bilang ng mga tao, gayunman, ay hindi nalalaman kung bakit si Jesus ang tanging tagapagligtas ng sangkatauhan o bakit natin natatanggap ang kaligtasan kapag lamang tayo ay sumasampalataya kay JesuCristo. Ang higit na malubha, mayroong ilang mga kristiyano ang hindi magawang sagutin ang mga katanungan sa itaas, bagaman sila ay may direktang kaugnayan sa kaligtasan. Ito'y nangangahulugan na ang mga Cristianong ito ay namumuhay ng kanilang buhay kay Cristo na walang ganap na pagkaunawa sa ispirituwal na kahalagahan ng mga katanungan yaon.

Kaya nga, kapag lamang nalalaman natin ng wasto at nauunawaan kung bakit si Jesus ang ating tanging Tagapagligtas at ano ang kahulugan ng tumanggap at sumampalataya sa kanya, at magtaglay ng tunay na pananampalataya, maaari nating maranasan ang kapangyarihan ng Diyos.

Ilang mga tao ang payak na isinasaalang-alang si Jesus bilang isa sa apat na dakilang Santo. Ang ilan ay iniisip lamang siya bilang tagapagtatag ng Cristianismo, o bilang isang mangangaral na tao na gumawa ng isang dakilang bagay na mabuti habang siya ay nabubuhay.

Magkagayonman, tayong naging mga anak ng Diyos ay dapat na magawang ipahayag na si Jesus ay ang Tagapagligtas ng sangkatauhan na tumubos sa lahat ng tao mula sa kanilang mga kasalanan. Papaano natin magagawang ikumpara ang tanging

Anak ng Diyos, si JesuCristo, sa mga taong nilalang, na pawang mga nilikha lamang? Maging sa kapanahunan ni Jesus ating matatagpuan na mayroong maraming iba't ibang pananaw na sa pamamagitan nito ay naiisip ng mga tao sa kanya.

Ang anak ng Diyos ang Manlilikha ang Tagapagligtas.

Sa Mateo 16 ay isang pangyayari na kung saan tinanong ni Jesus ang kanyang mga alagad, "Sino sa palagay ninyo na sinasabi ng mga tao ang Anak ng tao?" (v.13) Sa pagkabanggit ng mga tugon ng iba't ibang tao, ang mga alagad ay sumagot, "Ang ilang nagsasabing si Juan Bautista; ang ilan si Elias, ngunit ang ilan ay si Jeremias o isa sa mga propeta." (v.14). Pagkatapos tinanong ni Jesus ang kanyang mga alagad, "Sino naman ako sa palagay ninyo?" (v.15) Nang si Pedro ang tumugon, "Ikaw ang Cristo, ang Anak ng buhay na Diyos." (v.16) pinapurihan siya ni Jesus, "Mapalad ka, Simon anak ni Jona, sapagkat hindi ito ipinahayag sa iyo ang laman at dugo, kundi ang Aking Amang nasa langit." (v.17). Sa pamamagitan ng di-mabilang na mga gawa ng kapangyarihan ng Diyos si Jesus ay naipahayag, si Pedro ay tiyak na Siya ang Anak ng Diyos ang Manlilikha at ang Cristo, ang tagapagligtas ng sangkatauhan.

Sa pasimula, nilikha ng Diyos ang tao mula sa alabok ayon sa kanyang sariling larawan, at inilagay siya sa Halamanan ng Eden.

Sa Halamanan ay may puno ng buhay at puno ng kaalaman sa mabuti at masama, at inutusan ng Diyos ang unang tao na si Adan, "Mula sa alinmang puno sa halamanan maaari kang kumain ng Malaya; subalit mula sa puno ng kaalaman sa mabuti at masama ay huwag kang kakain, sapagkat sa araw ng kumain ka mula dito ikaw ay tunay na mamamatay," (Genesis 2:16-17)

Matapos ang mahabang panahon na lumipas, ang unang lalaki at babae, si Adan at si Eba ay natukso ng ahas, na siyang binuyo ni Satanas, at sinuway ang utos ng Diyos. Sa huli, sila'y kumain mula sa puno ng kaalaman ng mabuti at masama at pinalayas mula sa Halamanan ng Eden. Bilang resulta ng kanilang mga ginawa, ang mga inapo ni Adan at Eba ay minana ang kanilang makasalanang kalikasan. Higit pa dito, gaya ng sinabi ng Diyos kay Adan na siya ay tunay na mamamatay, ang lahat ng espiritu ng kanyang mga inapo ay naakay sa walang hanggang kamatayan.

kaya nga bago ang pasimula ng panahon, inihanda na ng Diyos ang daang ng kaligtasan, ang Anak ng Tao ang Manlilikha si JesuCristo. Gaya ng sinasabi ko sa atin sa Gawa 4:12, "Wala nang kaligtasan kanino pa man; sapagkat wala ng ibang pangalan sa silong ng kalangitan ang ibinigay sa mga tao na sukat ikaligtas," maliban kay JesuCristo, walang sinoman sa kasaysayan ang may katangiang nararapat upang maging Tagapagligtas ng Sangkatauhan.

Ang Pangangalaga ng Diyos na Nalihim Bago pa ang Pasimula ng Panahon

Sa 1 Corinto 2:6-7 sinasabi sa atin, "Datapuwa, ipinangangaral naming ang karunungan sa mga may sapat na gulang: karunungan, magkagayunman, hindi ng sanlibutang ito o ni ng mga tagapamahala sa ngayon, na nakatakdang pumanaw; subalit ipinahahayag naming ang karunungan ng Diyos na isang hiwaga, ang karunungang nalihim na itinalaga ng Diyos wala sinuman sa mga tagapamahala sa kapanahunan ngayon ang nakakaunawa." Sa 1 Corinto 2:8-9 patuloy na ipinapaalala sa atin, "sapagkat kung kanilang naunawaan ito, hindi sana nila ipinako ang Panginoon ng kaluwalhatian; subalit gaya ng nasusulat, Mga bagay na hindi pa nakikita ng mata, hindi narinig ng tainga, at hindi pa sumagi sa isip ng tao, lahat ng inihanda ng Diyos sa mga taong umiibig sa kanya." Dapat nating maunawaan na ang daan ng kaligtasan na inihanda ng Diyos para sa sangkatauhan bago pa ang pasimula ng panahon ay ang daan ng krus sa pamamagitan ni Hesu-Kristo, at ito ang karunungan ng Diyos na nalihim.

Bilang Manlilikha, ang Diyos ay laging pinamamahalaan ang lahat ng bagay sa uniberso at pinamamahalaan ang kasaysayan ng sangkatauhan. Ang hari o ang pangulo ng isang bansa ay pinamamahalaan ang kanyang bansa ayon sa batas ng lupain, ang punong ehekutibong opisyal ng isang korporasyon ay pinangangasiwaan ang kanyang kumpanya ayon sa tuntunin ng kumpanya; at ang pinuno ng sambahayan ay binabantayan ang kanyang pamilya ayon sa mga tuntunin. Gayundin, bagaman ang Diyos ang may-ari ng lahat ng bagay sa unibrerso, lagi niyang pinamamahalaan ang lahat ng bagay ayon sa batas ng ispirituwal na kaharian tulad ng matatagpuan sa Bibliya.

Ayon sa batas ng ispirituwal na na rehiyon, mayroong tuntunin, "Ang kabayaran ng kasalanan ay kamatayan" (Roma 6:23), na siyang nagpaparusa sa may-sala, at mayroon ding tuntunin na maaaring tumubos sa atin mula sa ating mga kasalanan. Iyan ay kung bakit ang Diyos ay ipinapapatupad ang tuntunin upang tubusin tayo mula sa ating mga kasalanan upang ipanumbalik ang karapatan na naiwala sa kaaway na diyablo sa pagsuway ni Adan.

Ano ang tuntunin na siyang makatutubos sa sangkatauhan at makapagpapanumbalik sa karapatan ng unang tao si Adan na naisuko sa kaaway na diyablo? Ayon sa batas ng katubusan ng lupain, "ang Diyos ay naghanda ng daan ng kaligtasan para sa sangkatauhan bago pa magsimula ang panahon.

Si JesuCristo ang Tanging Nararapat ayon sa Kautusan sa Pagtubos sa Lupain

Ibinigay ng Diyos sa mga Israelita ang "kautusan sa pagtubos sa lupain," na siyang nag-aatas sa mga sumusunod; ang lupa ay hindi ganap na ipinagbili; at kung ang isang tao ay nagging mahirap at ipinagbili ang kanyang lupa, ang kanyang pinakamalapit na kamag-anak o ang tao mismo ang pupunta at tutubusin ang lupain. (Levitico 25:23-29)

Nalalaman ng Diyos bago pa man na si Adan ay maiwawala ang karapatan na kanyang tinanggap mula sa Diyos. Sa diyablo sa pamamagitan ng kanyang pagsuway. Higit pa doon, bilang tunay at orihinal na nagmamay-ari ang lahat ng bagay sa uniberso, ang Diyos ay ibinigay sa diyablo ang karapatan at kaluwalhatian na minsang tinataglay ni Adan, gaya ng humihingi ng kautusan sa ispirituwal na mundo. Iyan ay kung bakit nang ang diyablo ay tuksuhin si Jesus sa Lukas 4 sa pagpapakita sa kanya ng lahat ng kaharian sa sanlibutan, magagawa niyang sabihin kay Jesus, "Ibibigay ko sa iyo ang lahat ng kaharian at kaluwalhatiang ito, sapagkat ito ay naipagkaloob sa akin, at ibibigay ko ito sa kaninuman ko nais" (Lucas 4:6-7).

Ayon sa kautusan ng pagtubos sa lupain, ang lahat ng mga lupa ay nabibilang sa Diyos. Sa gayon, ang tao ay hindi maaaring ipagbili ang mga ito ng ganap at kapag ang isang indibiduwal na may nararapat na katangiang kailangan ay lumabas, ang naipagbiling lupa ay dapat na mapanumbalik na muli sa taong iyon. Kahalintulad, ang lahat ng bagay sa uniberso ay nabibilang sa Diyos, kaya si Adan ay hindi maaaring ipagbili ang mga ito ng ganap, at maging ang diyablo ay hindi maaaring angkinin ang mga ito ng ganap. Kaya nga, kapag ang isang indibiduwal ay may sapat na kakayahan upang tumubos sa nawalang karapatan ay nahayag, ang kaaway na diyablo ay walang pagpipilian kundi ang isuko ang karapatan na kanyang tinaggap mula kay Adan.

Bago pa ang pasimula ng panahon, ang Diyos ng katarungan ay naghanda ng taong walang kapintasan na may katangiang kailangan ayon sa kautusan sa pagtubos sa lupain, at ang daang yaon ng kaligtasan para sa sangkatauhan ay si JesuCristo.

Paano, kung gayon ayon sa kautusan ng pagtubos sa lupain, ay magagawang maipanumbalik ni JesuCristo ang karapatan na naibigay sa kaaway na diyablo? Kapag lamang nakatagpo ni Jesus ang mga sumusunod na apat na katangiang kailangan, magagawa niyang tubusin ang lahat ng tao mula sa mga kasalanan at maipanunumbalik ang karapatan na naibigay sa kaaway na diyablo.

Una, ang manunubos ay dapat na isang tao, ang pinakamalapit na kamag-anak ni "Adan."

Sa Levitico 25:25 sinasabi sa atin, "Kung isang kababayan ninyo ang naging mahirap kailangan niyang ipagbili ang kanyang pag-aari, pagkatapos ang kanyang pinakamaliit na kamag-anak ay pupunta at bibilhing muli ang anumang naipagbili ng kanyang kamag-anak." Yamang ang "pinakamalapit na kamag-anak" ay maaaring tubusin ang lupain, upang maipanumbalik ang karapatan na naiwala ni Adan, ang "pinakamalapit na kamag-anak" na yaon ay dapat na isang tao. Sa 1 Corinto 15;21-22 ay mababasa, "Sapagkat yamang ang sa pamamagitan ng isang tao dumating ang kamatayan, sa pamamagitan din ng isang tao ay dumating ang pagkabuhay na muli sa patay. "Sapagkat kung paanong ang lahat ay namatay sa pamamagitan ni Adan, gayundin kay Cristo ang lahat ay mabubuhay." Sa ibang salita, kung paanong ang kamatayan ay pumasok sa pamamagitan ng pagsuway ng isang tao, ang pagkabuhay-muli ng patay na ispiritu ay dapat na maisakatuparan sa pamamagitan ng isang tao.

Si JesuCristo ay ang "salita (na) naging tao" at dumating sa lupa (Juan 1:14). Siya ay ang Anak ng Diyos, isinilang sa laman na may kapwa banal at makataong kalikasan. Higit pa dito, ang kanyang kapanganakan ay isang makasaysayang katotohanan at mayroong maraming katibayan na makakapagpatunay sa katotohanang ito. Ang higit na natala, ang kasaysayan ng sangkatauhan ay nangangahulugan ng paggamit ng "B.C." o "Bago si Cristo" at "A.D." Anno Domini o sa Latin, na nangngahulugan ng "sa taon ng ating Panginoon."

Yamang si Hesu-Kristo ay dumating sa sanlibutan sa laman, Siya ang pinakamalapit na kamag-anak ni Adan at nakatagpo ang unang katangian.

Ikalawa, ang manunubos ay hindi dapat salinlahi ni Adan

Para sa isang indibiduwal upang tubusin ang iba mula sa kanilang kasalanan Siya'y hindi dapat na makasalanan. Lahat ng mga salinlahi ni Adan, na naging makasalanan mismo ay naging isang makasalanan sa pamamagitan ng kanyang pagsuway, ay pawang mga makasalanan. Kaya nga, ayon sa kautusan sa pagtubos sa lupain, ang manunubos ay hindi dapat na salinlahi ni Adan.

Sa Pahayag, 5:1-3 ay ang sumusunod:

Nakita ko sa kanang kamay Niya na nakaupo sa trono ang isang aklat nakasulat sa loob sa likuran, tinatakan ng pitong tatak. At nakita ko ang isang malakas na anghel na nagpapahayag ng may malakas na tinig, "Sino ang karapat-dapat na magbukas sa aklat at sirain ang mga tatak nito?" At walang sinoman sa langit o maging sa lupa o sa ilalim ng lupa ang may kakayahan magbukas ng aklat o ni tumingin dito."

Dito, ang aklat ay "tinatakan ng pitong tatak" ay tumutukoy sa isang kontrata na nabuo sa pagitan ng Diyos at ng diyablo pagkatapos ng pagsuway ni Adan, at ang isa na karapat-dapat na magbukas ng aklat at sumira sa mga tatak nito," ay dapat na nararapat ayon sa kautusan sa pagtubos sa lupain. Nang si apostol Juan ay humanap para sa makapagbubukas ng aklat at sirain ang mga tatak nito, wala siyang matagpuan.

Si Juan ay tumingala sa langit at mayroong mga anghel subalit walang mga tao. Siya ay tumingin sa lupa at tanging nakita niya ay mga salinlahi ni Adan, lahat pawang mga makasalanan. Siya ay tumingin sa ilalim ng lupa at nakita lamang niya ay ang mga makasalanan na itinalaga sa impiyerno at mga nilalang na nabibilang sa diyablo. Si Juan ay nanangis at nanangis sapagkat walang matagpuan na nararapat ayon sa kautusan sa pagtubos sa lupain (v.4).

Kapagdaka, isa sa mga matatanda ang umaliw kay Juan, ay sinabi sa kanya "Huwag kang manangis; masdan mo, ang leon na mula sa lahi ni Juda, ang ugat ni David," ay nagtagumpay upang buksan ang aklat at ang pitong tatak nito" (v.5). Dito ang leon ay tumutukoy kay Jesus, na mula sa tribo ni Juda at sa sambahayan ni David; si JesuCristo ay karapat-dapat upang maging manunubos ayon sa kautusan sa pagtubos sa lupain.

Mula sa Mateo 1:18-21 ating matatagpuan ang detalyadong kasaysayan ng kapanganakan ng ating Panginoon:

"Ngayon ang kapanganakan ni HJesuCristo ay tulad sa mga sumusunod: nang ang kanyang ina si Maria ay ipinagkasundo kay Jose bago pa sila nagsama siya ay nasumpungang nagdadalantao sa pamamagitan ng Banal na Espiritu. At si Jose na kanyang asawa bilang isang matuwid na tao at hindi ninais na ipahiya siya, binalak na paalisin siya ng lihim. Datapuwa't ng kanyang isinaalang-alang ito, bigla isang anghel ng Panginoon ang nagpakita sa kanya sa panaginip, sinsabing, "Jose, anak ni David, huwag kang matakot upang kunin si Maria bilang iyong asawa; at tawagin mo siya sa pangalang Jesus, sapagkat kanyang ililigtas ang kanyang bayan mula sa kanilang kasalanan."

Ang dahilan ng pagparito ng bugtong na Anak ng Diyos na si JesuCristo sa mundong ito bilang tao (Juan 1:14) sa pamamagitan ng sinapupunan ni Birheng maria ay sapagkat si Jesus ay kailangang maging isang tao ngunit hindi lahi ni Adan, upang siya ay maging karapat-dapat ayon sa kautusan sa pagtubos sa lupain.

Ikatlo, ang manunubos ay dapat na may kapangyarihan.

Ipagpalagay na isang nakababatang kapatid ay naging mahirap at ipinagbili ang kanyang lupain, at ang kanyang nakatatandang kapatid ay nais na tubusin ang lupain para sa kanyang nakababatang kapatid. Samaktuwid, ang nakatatandang kapatid ay dapat na magkaroon ng sapat na katangian upang tubusin ito (Levitico 25:26). Kahalintulad, kung ang nakababatang kapatid ay nais na bayaran ang pagkakautang, ang nakatatandang kapatid ay magagawa lamang ang gayon kung siya ay may "sapat na katangian" hindi lamang ng mabuting intensiyon.

Sa parehong pamamaraan, upang mapagbago ang isang makasalanan tungo sa isang matuwid na tao, "sapat na katangian" o kapangyarihan ay kinakailangan. Dito, ang kapangyarihan upang tubusin ang lupain ay tumutukoy sa kapangyarihan upang tubusin ang lahat ng tao mula sa mga kasalanan. Sa ibang salita, ang manunubos ng lahat ng tao na karapat-dapat ayon sa kautusan sa pagtubos sa lupain ay hindi maaaring magkaroon ng anumang kasalanan na matatagpuan sa kanya.

Yamang si JesuCristo ay hindi isang salinlahi ni Adan, siya ay walang orihinal na kasalanan. Maging si JesuCristo ay nagkaroon ng kusang-nagawang kasalanan yamang kanyang sinunod ang lahat ng kautusan sa panahon ng kanyang 33 taong pamumuhay sa lupa. Siya ay tinuli sa ikawalong araw pagakatapos ng kanyang kapanganakan at bago ang kanyang tatlong taong pagmiministeryo, si Jesus ay ganap na sumunod at inibig ang kanyang mga magulang sa sukdulan, at buong sigasig na sinunod ang lahat ng mga utos.

Iyan ay kung bakit sa Hebreo 7:26 sinasabi sa atin, "Sapagkat makabubuti para sa atin ang magkaroon ng gayong dakilang saserdote, banal, walang kapintasan, walang karumihan, nahihiwalay mula sa mga makasalanan at mataas pa kaysa sangkalangitan." Sa 1 Pedro 2:22-23, ating matatagpuan, 'Hindi siya [Cristo] gumawa ng anumang kasalanan o ni anumang kasinungalingan ang natagpuan sa kanyang labi; at habang inaalipusta hindi siya gumanti ng pang-aalipusta; habang nagdurusa, hindi siya nagbanta, bagkus, nananatiling ipinagkakatiwala ang kanyang sarili sa kanya na makatarungan sa paghatol."

Ikaapat, ang manunubos, ay dapat na mayroong pag-ibig

Upang ang katubusan ng lupain ay maganap, sa karagdagan sa tatlong kondisyon sa itaas, ang pag-ibig ay kinakailangan. Kung walang pag-ibig, ang isang nakatatandang kapatid ay hindi matutubos ang lupain, kahit na kung ang nakatatandang kapatid ang pinakamayamang tao sa lupa habang ang kanyang kapatid at ay may singlaki ng mundo ang halaga ng pagkakautang, kung walang pag-ibig ang nakatatandang kapatid ay hindi matutulungan ang nakababatang kapatid. Anong kabutihan ang magagawa ng kapangyarihan at kayamanan ng nakatatandang kapatid para sa nakababatang kapatid?

Sa Ruth 4 ay ang kasaysayan ni Boaz, na lubos na nakaaalam ng kalagayan na kinasadlakan ni Naomi ang biyenan ni Ruth. Nang tanungin ni Boaz ang "kamag-anak na manunubos" upang tubusin ang mana ni Naomi, ang kamag-anak na manunubos ay sumagot, "Hindi ko ito matutubos para sa aking sarili, sapagkat mailalagay ko sa alanganin ang aking mamanahin. Tubusin mo ito para sa iyong sarili, maaari mong kunin ang aking karapatan, sa pagtubos, sapagkat hindi ko magagawang tubusin ito." (v.6). Kapagdaka'y si Boaz, sa kanyang masaganang pag-ibig, tinubos niya ang lupain para kay Naomi. Pagkatapos, si Boaz ay lubos na pinagpala upang ninuno ni David.

Si Jesus, na dumating sa sanlibutan sa laman, ay hindi salinlahi ni Adan sapagkat siya ay ipinagbuntis sa pamamagitan ng Banal na Espiritu, at hindi nakagawa ng kasalanan. Sa gayon, siya ay may "sapat na kakayahan" upang tubusin tayo. Kung si Jesus ay walang pag-ibig, gayunman, hindi niya mapagtitiisan ang sakit ng pagkapako sa krus ng mga nilikha lamang, ibinuhos ang kanyang dugo, at tinubos ang sangkatauhan, dahil dito nabuksan ang daan ng kaligtasan. Ito ang resulta ng hindi masukat na pag-ibig ng ating Amang Diyos at ang pagpapakasakit ni Jesus na maging masunurin hanggang sa punto ng kamatayan.

Ang Dahilan ng Pagbitin ni Hesus sa Puno

Bakit si Jesus ay ibinitin sa kahoy na krus? Ito ay upang bigyang kasiyahan ang kautusanng ispirituwal na mundo, na nag-aatas na "Si Cristo ay tinubos tayo mula sa sumpa ng kautusan, Siya'y naging sumpa para sa atin sapagkat nasusulat, "Sumpain ang sinumang ibinitin sa puno." (Galatia 3:13). Si Jesus ay ibinitin sa puno para sa ating kapakanan upang magawa niyang tubusin tayong mga makasalanan mula sa sumpa ng kautusan.

Levitico 17:11 sinasabi sa atin, "Sapagkat ang buhay ng laman ay nasa dugo at iniuutos ko ito sa inyo na dapat na ihandog sa dambana bilang pantubos sa inyong buhay; sapagkat ang dugo ang dahilan ng buhay na nagiging pantubos." Sa Hebreo 9:22 mababasa, "at ayon sa kautusan, masasabi ng isang tao na halos lahat ng bagay ay nililinis sa pamamagitan ng dugo, at kung wala ang pagbubuhos ng dugo ay walang kapatawaran." Ang dugo ay buhay sapagkat "walang kapatawaran" kung walang pagbububo ng dugo. Ibinuhos ni Jesus ang kanyang walang kapintasan at napahalagang dugo upang tayo ay magkaroon ng buhay.

Bukod pa doon, sa pamamagitan ng pagdurusa sa krus; ang mga mananampalataya ay napalaya mula sa sumpa ng karamdaman, sakit, kahirapan at ang tulad nito. Yamang si Jesus ay nabuhay sa kahirapan habang nasa lupa, kanyang kinuha ang ating kahirapan. Yamang si Jesus ay hinagupit, tayo ay pinalaya mula sa lahat ng ating karamdaman. Yamang si Jesus ay nagsuot ng koronang tinik, kanyang tinubos tayo mula sa mga kasalanang ating nagawa sa ating mga isipan. Yamang si Jesus ay ipinako sa pamamagitan ng kanyang mga kamay at paa, kanyang tinubos tayo mula sa lahat ng ating mga kasalanang ating nagawa sa pamamagitan ng ating mga kamay at paa.

Ang sumampalataya sa Panginoon ay upang mabago tungo sa katotohanan

Ang mga taong tunay na nakauunawa sa pangangalaga ng

krus at sinasampalatayanan ito mula sa kaibuturan ng kanilang mga puso ay maiaalis sa kanilang mga sarili ang mga kasalanan at mamumuhay sa kalooban ng Diyos. Gaya ng sinasabi sa atin ni Jesus sa Juan 14:23, "Ang sinumang umiibig sa akin, susundin niya ang Aking salita; at ang Aking Ama ay mamahalin siya, at kami ay papasok sa kanya at mananahan sa kanya" ang gayong mga indibiduwal ay makatatanggap ng pag-ibig ng Diyos at mga pagpapala.

Bakit, kung gayon, ang mga taong nagpapahayag ng kanilang pananampalataya sa Panginoon ay hindi nakatatanggap ng mga kasagutan sa kanilang panalangin at nabubuhay sa gitna ng mga pagsubok at kahirapan? Iyan ay sa dahilan, kahit kung kanilang sasabihin na sila'y sumasampalataya sa Diyos, ang Diyos ay hindi itinuturing ang kanilang pananampalataya bilang tunay na pananampalataya. Ito'y nangangahulugan na sa kabila ng kanilang narinig ang salita ng Diyos, hindi pa nila naiwawaksi ang kanilang sarili sa kanilang mga kasalanan at nababago tungo sa katotohanan.

Magpahalimbawa, mayroong di-mabilang na mga sumasampalataya na hindi nakakasunod sa Sampung Utos, ang saligan ng pamumuhay kay Cristo. Ang gayong mga indibiduwal ay nakaaalam sa utos, "Alalahanin ang Araw ng Pamamahinga, at panatilihin itong banal." Datapuwat, sila ay dumalo lamang sa umagang gawain o hindi tuluyang dumadalo sa anumang mga gawain at ginagawa ang kanilang sariling gawain sa araw ng

Panginoon. Kanilang nalalaman na dapat nilang ibigay ang kanilang mga ikapu, sublait sila'y nabibigo na ibigay ang buong ikapu. Nang may katiyakang sinasabi ng Diyos sa atin ang kabiguang yaon na ibigay angbuong ikapu ay "ninanakawan" Siya, papaano sila makatatanggap ng mga kasagutan at pagpapala (Malakias 3:8)?

Samakatuwid mayroong mga gayong mananampalataya na hindi nagpapatawad ng mga pagkakamali at kasalanan ng iba. Sila ay nagiging galit at bumabalangkas ng mga balakin upang pagbayarin hanggang sa ilang antas ng kasamaan. Ang ilan ay nangangako subalit kanilang sinisira ito at muli pa, habang ang ilan ay naninisi at naghihinagpis, kahalintulad ng ginagawa ng mga makasanlibutang mga tao. Paano nila magagawang sabihin na sila'y nagtataglay ng tunay na pananampalataya?

Kung tayo ay may tunay na pananampalataya, dapat tayong magsikap na gawin ang lahat ng bagay ayon sa kalooban ng Diyos, iwasan ang lahat ng uri ng kasalanan, at tularan ang ating Panginoon na nagsuko ng kanyang sariling buhay para sa ating mga makasalanan. Ang gayong mga tao ay magagawang magpatawad at ibigin yaong mga taong namumuhi at nanakit sa kanila, at laging maglilingkod at iaalay ang kanilang sarili para sa iba.

Kapag iyong naiwaksi sa iyong sarili ang init ng ulo, ikaw ay mababago tungo sa isang uri ng tao na ang labi ay sasambit lamang ng mga salita ng kabutihan at magiliw. Kung ikaw ay mayroong pagrereklamo sa lahat ng pagkakataon dati, sa pamamagitan ng tunay na pananampalataya ikaw ay magbabago, upang magbigay ng pasasalamat sa lahat ng pangyayari at magbabahagi sa lahat ng nakapaligid sa iyo.

Kung tayo ay tunay na sumasampalataya sa Panginoon, bawat isa sa atin ay dapat na tularan siya at tahakin ang isang nabagong buhay. Ito ang pamamaraan upang tumanggap ng mga kasagutan at mga pagpapala.

Ang Sulat sa mga Hebreo 12:1-2 ay nagsasabi sa atin:

Kaya nga yamang naliligid tayo ng makapal na ulap ng mga saksi, atin ngang iwaksi ang lahat ng mga balakid at mga kasalanan ma pumipigil sa atin at tayo'y buong tiyaga na magpatuloy sa takbuhing nasa ating harapan. Ituon natin ang ating mga paningin kay Jesus na siyang pinagmulan ng ating pananampalataya, at siya ring nagpapasakdal nito, dahil sa kagalakang naghihintay sa kanya, hindi niya, ikinahiya ang mamatay sa krus at siya ngayon ay naluklok sa kanan ng trono ng Diyos.

Maliban sa maraming ninuno ng pananampalataya na ating matatagpuan sa Bibliya, kabilang sa mga taong nasa paligid natin, maraming mga tao na tumanggap ng kaligtasan at mga pagpapala sa pamamagitan ng kanilang pananampalataya sa ating Panginoon.

Tulad sa "isang makapal na ulap ng mga saksi," taglayin natin ang tunay na pananampalataya! Ating itapon ang lahat ng bagay na humahadlang at mga kasalanan ng pumipigil sa atin, at pagsikapan na tularan ang ating Panginoon! Sa gayon lamang, tulad ng ipinangako sa atin ni Jesus sa Juan 15:7, "Kung kayo'y mananatili sa akin at ang aking salita at mananatili sa inyo, hingiin ninyo ang anumang inyong nais, at ito'y ibibigay sa inyo," na ang bawat isa sa atin ay mamumuhay ng buhay na puspos ng kanyang mga kasagutan at mga pagpapala.

Kung ikaw ay hindi pa namumuhay ng gayong buhay, lumingon sa iyong buhay, sirain mo ang iyong puso at magsisi ka sa hindi pagkakaroon ng wastong pananampalataya sa Panginoon, at magpasya na mamuhay lamang sa salita ng Diyos.

Nawa ang bawat isa sa inyo ay magtaglay ng tunay na pananampalataya, maranasan ang kapangyarihan ng Diyos, at lubos na luwalhatiin Siya kalakip ang lahat ng iyong kasagutan at mga pagpapala, sa pangalan ng ating Panginoong JesuCristo idinadalangin ko!

Mensahe 3

Isang Sisidlan na Higit na Maganda Kaysa sa isang Hiyas

2 Timoteo 2:20-21

Sa isang maharlikang tahanan, hindi lahat ng kasangkapan ay mga ginto at mga pilak, kungdi mayroon ding mga sisidlan na yari sa kahoy at luwad, at ang ilan ay para sa pandangal at ang ilan ay sa pangkaraniwan. Kaya nga kung sinoman ang nililinis ang kaniyang sarili sa mga bagay na ito siya magiging sisidlan para sa pandangal, nilinis, mapapakinabangan para sa kanyang Panginoon, handa para sa anumang mabuting gawain

Nilikha ng Diyos ang sangkatauhan upang siya ay makapagani ng tunay na mga anak na kung saan maaari Niyang ibahagi ang tunay na pag-ibig. Subalit, ang mga tao ay nagkasala, naligaw mula sa tunay na layunin ng kanilang pagkalikha, at naging alipin ng kaaway na diyablo at Satanas (Roma 3:23). Ang Diyos ng pag-ibig magkagayunman, ay hindi isinuko ang hangarin na umani ng tunay na mga anak. Kanyang binuksan ang daan ng kaligtasan para sa mga tao na nasumpungan sa kabaligtaran ng kasalanan. Ang Diyos ay ipinapako sa krus ang kanyang nag-iisa at natatanging Anak na si Jesus upang kanyang matubos ang lahat ng tao mula sa mga kasalanan.

Sa pamamagitan ng ganitong pag-ibig na nilakipan ng napakadakilang alay, para sa sinumang sumasampalataya kay JesuCristo ang daan ng kaligtasan ay nabuksan. Sa sinumang sasampalataya sa kanyang puso na si Jesus ay namatay at muling nabuhay mula sa libingan at ipinahayag ng kanyang mga labi na si Jesus ay kanyang Tagapagligtas, ang karapatan bilang anak ng Diyos ay ibinibigay.

Ang Minamahal na mga Anak ng Diyos ay inihahalintulad sa "Sisidlan."

Tulad ng mababasa sa 2 Timoteo 2:20-22, "Sa isang malaking tahanan ay mayroong hindi lamang ginto at pilak na mga sisidlan, kundi maging mga sisidlang kahoy at mga luwad, at ang ilan ay pandangal at ang ilan ay pangkaraniwan. Kaya nga, kung sinuman ang nililinis ang sisidlan para sa pandangal, binanal, at kapakinabangan para kanyang Panginoon, nahahanda para bawat mabuting gawain," ang layunin ng sisidlan ay upang maglaman ng mga bagay. Inihalintulad ng Diyos ang kanyang mga anak sa mga"sisidlan" sapagkat sa kanilang salita iyan ay ang katotohanan, gayundin ang kanyang kapangyarihan at karapatan. Kaya nga, dapat nating maunawaan na batay sa mga uri ng mga sisidlang ating ihahanda, maaari nating tamasahin ang lahat ng uri ng mabuting kaloob at mga pagpapalang inihanda ng Diyos para sa atin.

Anong uri ng sisidlan, samakatuwid, ang isang indibiduwal na maaaring maglaman ng lahat ng mga pagpapala na inihanda ng Diyos? Ito ay isang sisidlan na siyang itinuturing ng Diyos na mahalaga, marangal at maganda.

Una, ang "mahalagang" sisidlan ay isang tao na ganap na tinutupad ang kanyang tungkulin na ibinigay ng Diyos. Si Juan Bautista na siyang naghanda ng daan para sa ating Panginoong Jesus at si Moises na siyang nanguna sa mga Israelita palabas sa Ehipto ay nabibilang sa ganitong kategorya.

Sumunod, ang "Marangal" na sisidlan ay ang tao na may gayong katangian ng karangalan, katotohanan, katatagan, at katapatan, lahat ng ito ay bihira na karaniwang mga tao. Si Jose at Daniel, kapwa nagtataglay ng posisyon na katumbas sa punong ministro ng makapangyarihang mga bansa at lubos na niluluwalhati ang Diyos ay nabibilang sa ganitong kategorya.

Panghuli, isang "magandang" sisidlan sa harapan ng Diyos ay

ang isang tao na may mabuting puso na hindi nakikipagtalo o nakikipagtaltalan kundi sa katotohanan ay tinatanggap at inuunawa ang lahat ng bagay. Si Esther na nagligtas sa kanyang mga kababayan at Abraham na tinawag na kaibigan ng Diyos ay nabibilang sa ganitong kategorya.

"Isang sisidlan na higit na maganda kaysa sa isang hiyas" ay isang indibiduwal na nagtataglay ng mga katangiang kailangan na maituturing na mahalaga, marangal at maganda ng Diyos. Isang hiyas na natatago sa mga batuhan ay kaagad na mapapansin. Gayundin, lahat ng bayan ng Diyos na higit na mas maganda kaysa sa mga hiyas ay walang pag-aalinlangang mapansin.

Karamihan sa mga hiyas ay mamahalin dahil sa kanilang laki, subalit ang mga kinang at ang kanilang magkakaiba, ngunit ang katangi-tanging mga kulay ay nakakaakit sa mga tao sa paghahanap ng kagandahan. Magkagayunman, hindi lahat ng makikinang na mga bato ay maituturing na mga hiyas. Ang mga tunay na hiyas ay dapat din na nagtataglay ng kulay at kinang, gayundin ang pisikal na pagbuo Dito, "ang pisikal na pagbuo" ay tumutukoy sa isang kakayahan ng materyal na matagalan ang init, na hindi madumihan sa pamamagitan ng pakikipag-ugnayan sa ibang mga ari-arian, at mapanatili ang hugis nito. Ang ibang mahalagang sangkap ay kauntian.

Kung mayroong isang sisidlan na may maringal na kaningningan, pisikal na pagbuo, at kauntian, gaano kahalaga, karangal, at kaganda ang sisidlang ito? Nais ng Diyos na ang kanyang mga anak ay maging mga sisidlan na higit na maganda kaysa sa mga hugis at nais niyang sila ay mamuhay ng mapagpalang mga buhay. Kapag natuklasan ng Diyos ang gayong mga sisidlan, kanyang ibinubuhos ng masagana sa kanila ang tanda ng kanyang pag-ibig at kasiyahan.

Paano tayo magiging mga sisidlan na higit na maganda kaysa mga hiyas sa paningin ng Diyos?

Una, dapat mong magampanan ang paglilinis sa iyong puso ng salita ng Diyos, na siyang katotohanan mismo.

Upang ang isang sisidlan ay magamit ayon sa orihinal nitong layunin higit sa lahat ito ay dapat na malinis. Maging ang isang mamahalin, gintong sisidlan ay hindi magagmit kung ito ay mabahiran at namantsahan ng dumi. Kapag ang mamahalin, gintong sisidlang ito ay nalinis ng tubig lamang maaaring gamitin ayon sa layunin nito.

Ang parehong tuntunin ay ipinapataw sa mga anak ng Diyos. Para sa kanyang mga anak, ang Diyos ay naghanda ng mga masaganang pagpapala at iba't ibang kaloob, mga pagpapala ng kayamanan at kalusugan, at mga tulad nito. Upang tayo ay makatanggap ng gayong pagpapala at mga kaloob, dapat muna nating ihanda ang ating sarili bilang malinis na mga sisidlan.

Ating matatagpuan sa Jeremias 17:9, "Ang puso ang higit na mapandaya kaysa sa lahat at lubhang masama; Sino ang makauunawa nito?" Ating matatagpuan din sa Mateo 15:18-19, kung saan sinabi ni Jesus, "Datapuwa't ang mga bagay na lumalabas mula sa bibig ay nagmumula sa puso, at yaon ang nakapagpapadumi sa tao. Sapagkat mula sa puso nanggagaling ang masamang kaisipan, pagpatay, pangangalunya, kahalayan, pagnanakaw, pagsisinungaling, paninirang puri." Kaya nga, matapos lamang natin linisin ang ating puso tayo'y maaaring maging malinis na mga sisidlan. Kapag naging isang malinis na sisidlan, wala sinuman sa atin ang makapag-isip ng masamang kaisipan," makapagbibigkas ng masasamang pananalita, o makapagsasagawa ng masasamang gawain.

Ang paglilinis ng ating mga puso ay maaaring mangyari lamang sa pamamagitan ng ispirituwal na tubig, ang Salita ng Diyos. Iyan ay kung bakit ang Bibliya ay ipinamamanhik sa atin sa Efeso 5:26 na "linisin (tayo), yamang nalinis (tayo), sa pamamagitan ng paghuhugas ng tubig ng Salita," at iminumungkahi sa bawat isa sa atin na, "Lumapit ng may tapat na puso sa ganap na kasigurahan ng pananampalataya, yamang ang ating mga puso ay nilinis mula sa isang masamnang konsensiya at ang ating mga katawan ay binansagan ng dalisay na tubig!"at (sa Hebreo 10:22 hinikayat ang bawat isa sa atin na "Kaya't lumapit tayo sa Diyos nang may pusong tapat at may matibay na pananampalataya sa kanya. Lumapit tayo na may malinis na budhi sapagkat nilinis na an gating mga puso at hinugasan na ng dalisay na tibig an gating mga katawan."

Paano kung gayon, ang ispirituwal na tubig. Ang salita ng Diyos tayo lilinisin. Dapat nating sundin ang iba't ibang kautusan na matatagpuan sa animnapu't anim na mga aklat ng Bibliya na nagsisilbing panlinis sa ating mga puso. Ang pagsunod sa gayong mga utos gaya ng "Huwag " at Iwaksi" ay lubusang maghahatol sa atin upang alisin sa ating sarili ang lahat ng makasalanan at masama.

Ang pag-uugali ng mga taong nalinis ang kanilang puso ng kanyang salita mababago din at malilinawagan ang liwanag ni Cristo. Gayunman ang pagsunod sa salita ay hindi maaaring maisakatuparan sa pamamagitan lamang ng sariling lakas ng isang tao at detrminasyon; Ang Banal na Espiritu ay dapat na gabayan at tulungan siya.

Kapag ating narinig at naunawaan ang Salita, buksan ang ating puso, at tanggapin si Jesus bilang ating Tagapagligtas, ang Diyos ay ibinigay ang Banal na Espiritu bilang kaloob. Ang Banal na Espiritu ay nananahan sa mga taong tinaggap si Jesus bilang kanilang Tagapagligtas, at tinutulungan sila na marinig at maunawaan ang salita ng katotohanan. Ang kasulatan ay nagsasabi sa atin na "ang ipinanganak sa laman ay laman at ang ipinanganak sa Espiritu ay ispiritu," (Juan 3:6). Ang mga anak ng Diyos na tumanggap sa Banal na Espiritu bilang isang kaloob ay magagawang linisin ang kanilang sarili araw-araw sa kasalanan at kasamaan sa pamamagitan ng kapangyarihan ng Banal na Espiritu at magiging ispirituwal na mga tao.

Mayroon bang sinuman sa inyo na ang-aalala at nababahala, nag-iisip, 'Paano ko masusunod lahat ang mga utos na yaon?

Sa Juan 5:2-3 ay nagpapaalala sa atin, "sa ganito natin

malalaman na iniibig natin ang mga anak ng Diyos, kapag ating iniibig ang Diyos at tinupad ang kanyang mga utos. Sapagkat ito ang pag-ibig sa Diyos, kapag ating sinunod ang kanyang mga utos; at ang kanyang mga utos ay hindi kabaligtaran." Kung iyong iniibig ang Diyos mula sa kaibuturan ng iyong puso, ang pagsunod sa kanyang mga utos ay hindi magiging mahirap.

Kapag ang mga magulang ay nagsilang sa kanilang mga anak ang mga magulang ay nakatuon sa bawat aspeto ng kanilang mga anak kasama ang pagpapakain, pagpapadamit, pagpapaligo, at ang tulad nito. Sa kabilang banda, kung ang mga magulang ay nakatuon sa hindi nila sariling anak, ito'y makadarama ng kabaligtaran. Sa kabilang banda, kung ang mga magulang ay nakatuon sa kanilang sariling anak, ito'y hindi makadarama ng kabaligtaran. Maging kung ang anak ay gumising at umiyak sa kalagitnaan ng gabi, ang mga magulang ay hindi makadarama ng pagkabahala; kanilang iniibig ng tunay ang kanilang mga anak ng labis. Ang paggawa ng isang bagay para sa isang minamahal ay isang pinagmumulan ng dakilang kagalakan at kaligayahan, ito ay hindi mahirap o nakakainis. Sa katulad na pamamaraan, kung tayo'y tunay na sumasampalataya na ang Diyos ang Ama ng ating mga ispiritu at sa kanyang di-masukat na pag-ibig, ibigay ang kanyang kaisa-isang anak upang ipako sa krus para sa atin, paano natin hindi magawang ibigin siya higit pa dito, ang pamumuhay sa kanyang salita ay hindi magiging mahirap. Sa halip, ito'y magiging mahirap at mabigat kapag hindi tayo namuhay sa salita ng Diyos o sundin ang kanyang kalooban.

Ako ay nagdusa mula sa iba't ibang karamdaman sa loob ng pitong taon hanggang ang aking nakatatandang kapatid na babae ay dinala ako sa sangtuwaryo ng Diyos. Sa pamamagitan ng pagtanggap sa apoy ng Banal na Espiritu at ang kagalingan ng lahat ng aking karamdaman sa sandaling ako'y lumuhod sa sangtuwaryo, nakatagpo ko ang buhay na Diyos. Ito ay noong Abril 17, 1974. Magmula noon, nagsimula akong dumalo sa lahat ng uri ng pananambahang gawain ng may lubos na pagpapasalamat sa biyaya ng Diyos. Noong Nobyembre ng taong ding niyaon, ako ay dumalo sa aking unang pagpapasiglang-muli na pulong kung saan nagsimula akong matutunan ang kanyang salita, ang mga saligan ng buhay ng isang na kay Cristo.

>'Ah ganito ang nais ng Diyos!'
>'Dapat kong iwaksi ang lahat ng aking mga kasalanan.'
>'Ganito ang mangyayari kapag ako'y sumampalataya.'
>'Dapat akong tumigil sa paninigarilyo at pag-inom.'
>'Ako'y dapat na manalangin palagi.'
>'Ang pagbibigay ng ikapu ay kailangan,
>At hindi ako dapat na tumungo sa Diyos ng walang dala!

Sa buong sanlinggo. Tinanggap ko ang salita na tanging ang "Amen!" sa aking puso.

Pagkatapos ng pulong na pagpapasiglang –muli, ako'y tumigil sa paninigarilyo at pag-inom, at nagsimulang magbigay ng mga

Ang may-akda Dr. Jaerock Lee

ikapu at pasasalamat na mga handog. Ako rin ay nagsimulang manalangin sa madaling-araw at unti-unting naging isang taong mapanalanginin. Ginawa ko ng wasto ang aking natutunan, nagsimulang magbasa din ng Bibliya.

Ako ay pinagaling sa lahat ng aking karamdaman at sakit, na wala ni isa mang mapagaling sa akin ng anumang makasanlibutang pamamaraan, sa pamamagitan ng Kapangyarihan ng Diyos sa isang iglap. Kaya nga, ako'y lubos na sumasampalataya sa bawat talata at kabanata ng Bibliya. Mula nang ako'y bago sa pananampalataya nang mga panahong iyon, mayroong ilang bahagi sa kasulatan ang hindi ko maunawaan kaagad. Datapuwat, ang mga utos na nauunawaan ko ay sinimulan kong sundin kaagad. Magpahalimbawa, kapag ang Bibliya ay sinabi sa akin na huwag magsinungaling, sa aking sarili ay sinasabi ko na "ang pagsisinungaling ay kasalanan! Ang Bibliya ay nagsasabi sa akin na ako'y hindi dapat na nagsisinungaling. "Ako rin ay nananalangin, "Diyos, pakiusap tulungan mo ako na iwaksi ang di sinasadyang pagsisinungaling!" Ito'y hindi dahil sa nandaya ako ng mga tao nang may masamang puso, datapuwat magkagayunman, buong tatag akong nananalangin upang magawa kong tumigil sa di-sinasadyang pagsisinungaling.

Maraming tao ang nagsisinungaling, at karamihan sa kanila ay hindi namamalayan na sila'y nagsisinungaling. Kapag may isang tao, na hindi mo nais na makausap sa telepono, tumawag, nagawa mo bang sabihin nang buong pagtitiwala sa iyong anak, kasamahan sa trabaho, o mga kaibigan na "sabihin mo sa kanya na wala ako dito."? Maraming mga tao ang nagsisinungaling sapagkat sila ay "mapagsaalang-alang sa iba. Ang gayong mga tao ay nagsisinungaling kapag, magpahalimbawa, sila ay tinanong kung nais nilang kumain o uminom ng anuman matapos nilang dumalaw sa iba. Kahit na sila ay hindi pa kumain o nauuhaw, ang bisita na hindi nais na maging "kabigatan" madalas na sinasabi sa kanilang punong-abala, "Hindi, salamat; nakakain na ako (o uminom) bago ako dumating dito." Gayunman, matapos kong malaman na ang pagsisinungaling kahit na may mabuting intensiyon ay pagsisinungaling pa rin, ako ay nananalangin lagi na iwaksi ang pagsisinungaling at sa huli magagawa ko nang itapon ang di-sinsadyang pagsisinungaling.

Higit pa dito, gumagawa ako ng listahan ng lahat ng masama at makasalanan na dapat kong iwaksi, at ipanalangin... Tanging kapag ako ay ganap ng napahinuhod na tunay ko nang naiwaksi ang isang masama at makasalanang gawi o gawa sa isa-isa, saka ito eekisan ng pulang pluma. Kung mayroon mang anumang bagay na masama at makasalanan na hindi ko agad maiwaksi kahit na matapos ang napagpasyahang panalangin, ako ay nagsisimulang mag-ayuno ng walang pagkabalam. Kung hindi ko ito magawa matapos ang tatlong araw na pag-aayuno, itinutuloy ko ang pag-aayuno hanggang sa limang araw. Kung naulit ko ang katulad na kasalanan, sa gayon ipinagpapatuloy ko sa pitong araw na pag-aayuno. Gayunman, bihira na ako'y kailangang mag-ayuno para sa isang lingo; pagkatapos ng tatlong araw na pag-aayuno, nagawa ko nang iwaksi ang karamihan sa mga kasalanan at kasamaan. Kung gaano karami ang naiwawaksi kong kasamaan sa pamamagitan ng paulit-ulit ngayong proseso, ako ay nagiging isang mas malinis na sisidlan.

Tatlong taon matapos kong makatagpo ang Panginoon, naitapon ko ang lahat ng bagay na sumusuway sa salita ng Diyos at maaari nang ituring na isang malinis na sisidlan sa kanyang paningin. Sa karagdagan, habang tinutupad ko at sinisikap na sundin ang mga utos, kasama na ang "Gawin" at "Sundin," nagagawa ko nang mamuhay sa kanyang salita sa maiksing panahon lamang. Habang ako ay nababago tungo sa isang malinis na sisidlan, pinagpala ako ng Diyos ng masagana. Ang aking pamilya ay tumanggap ng mga pagpapala ng kalusugan. Nagawa kong bayaran kaagad ang lahat ng pagkakautang. Tumanggap ako ng mga pagpapalang kapwa pisikal at ispirituwal. Ito ay dahilan sa, ang Bibliya ay nagpapatunay sa atin gaya ng sumusunod:

"Minamahal, kung ang ating puso ay hindi tayo hinahatulan, mayroon tayong pagtitiwala sa Diyos, at anumang hilingin natin ay ating tinatanggap mula sa kanya, sapagkat sinusunod natin ang kanyang mga utos at ginagawa ang mga bagay na nakalulugod sa kanyang paningin" (1 Juan 3:21-22).

Ikalawa, upang maging isang sisidlan na higit na maganda kaysa sa isang hiyas, ikaw ay dapat na "dinalisay ng apoy" at maliwanagan ang ispirituwal na liwanag.

Ang mga mamahaling bato sa mga singsing at kuwintas ay minsang marumi. Gayundin, sila ay dinalisay ng mga lapidaryo at lumalabas na nagbibigay ng makinang na mga liwanag at nagtataglay ng mga magagandang hugis.

Gaya ng mga bihasang lapidaryong ito, pinuputol, pinakikinang, at dinadalisay ng apoy ang mga batong hiyas at ginagawa silang mga marilag na hugis na may labis na kinang, dinidisiplina ng Diyos ang kanyang mga anak. Dinidisiplina sila ng Diyos hindi dahil sa kanilang mga kasalanan, kundi upang sa pamamagitan ng disiplina kanyang pagpapalain sila sa pisikal at ispirituwal. Sa paningin ng kanyang mga anak na hindi nagkasala o nakagawa ng anumang pagkakamali, ito ay tila kailangan upang kanilang mapagtiisan ang sakit at pagdurusa ng mga pagsubok. Ito ang proseso na sa pamamagitan nito sinasanay ng Diyos at dinidisiplina ang kanyang mga anak upang sila ay magliwanag ng higit na magagandang mga kulay at kinang. Ang 1 Pedro 2:19 ay nagpapaalala sa atin na, "Sapagkat sa ganito kinalulugdan, kung para sa kapakanan ng konsensiya tungo sa Diyos ang isang tao ay nagtitiis ng parusa kapag dumranas ng walang kasalanan." Ating mababasa din na, "upang ang katibayan ng inyong pananampalataya, na higit na mas mahalaga kaysa sa ginto na nasisira, bagaman sinubok ng apoy, ay matatagpuang tapat sa pagpupuri at kaluwalhatian at karangalan sa kapahayagan ni JesuCristo" (1 Pedro 1:7).

Maging kung ang mga anak ng Diyos ay maiwaksi na ang lahat ng uri ng kasamaan at naging banal na mga sisidlan, sa panahon ng kanyang pagpili, pinahihintulutan sila ng Diyos na madisiplina at subukin upang sila ay lumabas na mga sisidlan na higit na maganda kaysa "Ang Diyos ay liwanag, at sa kanya ay walang anumang kadiliman," sa dahilang ang Diyos ay ang maluwalhating liwanag mismo na walang anumang batik o pintas, kanyang inihahatid ang kanyang mga anak sa kahalintulad na antas ng liwanag.

Kaya nga, kapag iyong napagtagumpayan ang anumang pagsubok na pinahihintulutan ng Diyos sa kabutihan at pag-ibig, ikaw ay magiging higit na makinang at magandang sisidlan. Ang antas ng ispirituwal na karapatan at kapangyarihan ay magkaiba ayon sa kaliwanagan ng ispirituwal na liwanag. Sa karagdagan, kapag ang isprituwal na liwanag ay nagliwanag, ang kaaway na diyablo at Satanas ay walang lugar na mapanghahawakan.

Sa Marcos 9 ay isang pangyayari kung saan pinalayas ni Jesus ang isang masamang espiritu mula sa bata na ang ama ay nagmamakaawa kay Jesus na pagalingin ang kanyang anak. Sinaway ni Jesus ang masamang espiritu, "IKaw na pipi at binging espiritu, inuutusan kita lumabas ka sa kanya at huwag nang babalik pa muli sa kanya." Ang masamang espiritu ay nilisan ang batang lalaki, na naging maayos na muli. Bago ang pangyayaring ito ay isang kabanata na kung saan ang ama'y dinala ang kanyang anak sa mga alagad niJJesus, na hindi magawang palayasin ang masamang espiritu. Iyan ay sa dahilang ang antas ng espirituwal na liwanag ng mga alagad at ang antas ng espirituwal na liwanag ni Hesus ay magkaiba.

Ano kung gayon, ang dapat nating gawin kung tayo ay papasok sa antas ng ispirituwal na liwanag ni Jesus? Tayo ay maaaring magtagumpay sa anumang pagsubok sa pamamagitan ng pagiging matatag na pananampalataya sa Diyos, pinagtatagumpayan ang kasamaan ng kabutihan, at mahalin ang kaaway. Samakatuwid, kapag ang iyong kabutihan, pag-ibig at katwiran ay itinuturing na tunay, katulad ng kay Jesus, magagawa mong palayasin ang masasamang espiritu at pagalingin ang anumang karamdaman at sakit.

Mga Pagpapala para sa Sisidlang higit na maganda kaysa sa mga Hiyas

Habang ako ay lumalakad sa landas ng pananampalataya sa paglipas ng mga taon, napagtiisan ko rin ang di-mabilang na mga pagsubok. Magpahalimbawa, sa akusasyon ng isang programa sa isang telebisyon ilang taon na ang nakalilipas, napagtiisan ko ang pagsubok na masakit at napakahirap tulad sa kamatayan. Bilang kinalabasan, ang mga taong tumanggap ng biyaya sa pamamagitan ko at maraming iba pa ang aking itinuring na malapit na gaya sa isang pamilya ay pinagtaksilan ako.

Sa mga makasanlibutang tao, ako ay naging paksain ng di-pag-kakaunawaan at naging tampulan ng sisi, habang marami sa mga kasapi ng Manmin ay nagdusa at pinag-usig ng walang kasalanan. Magkagayunman, ang mga kasapi ng Manmin at ako ay napagtagumpayan ang mga pagsubok na yaon ng may kabutihan at, habang isinusuko naming ang lahat ng bagay sa Diyos, kami'y nakikiusap sa Diyos ng pag-ibig at kahabagan na patawarin sila.

Higit pa dito, hindi ko kinamumuhian o pinababayaan ang mga taong lumisan at nagpahirap sa iglesiya. Sa kalagitnaan ng ganitong napakahirap na pagsubok, ako'y buong katapatang sumasampalataya na ang aking Amang Diyos ay iniibig ako. Sa ganito ko nagagawang harapin maging yaong mga taong gumawa ng masama ng may kabutihan at pag-ibig tulad sa isang mag-aaral na tumanggap ng pagkilala para sa kanyang paghihirap sa paggawa at karangalan sa pamamagitan ng isang pagsusulit, yamang ang aking pananampalataya, kabutihan, pag-ibig, at katwiran ay tumanggap ng pagkilala ng Diyos, kanyang pinagpala ako upang magsagawa ng ipahayag ang kanyang kapangyarihan ng higit pang kadakilaan.

Pagkatapos ng pagsubok, kanyang binuksan ang pintuan sa pamamagitan nito ay nagawa kong maisakatuparan ang misyong pandaigdig. Ang Diyos ay gumawa upang ang sampu-sampung libo, daan-daang libo, at maging milyong mga tao ay nagkatipon sa krusada sa ibayong-dagat na aking isinagawa, at Siya'y kasama ko kalakip ang kanyang kapangyarihan na humihigit sa panahon at lugar.

Ang ispirituwal na liwanag na siyang ipinapalibot sa atin ng Diyos ay higit na maliwanag at maganda kaysa sa anumang hiyas ng sanlibutang ito. Itinuturing ng Diyos yaong kanyang mga

anak na kanyang pinalilibutan ng ispirituwal na liwanag upang maging mga sisidlan na higit na maganda kaysa sa mga hiyas.

Kaya nga, nawa ang bawat isa sa inyo ay mabilis na maganap ang kabanalan at maging isang sisidlan na nagliliwanag ang nasubukan nang ispirituwal na liwanag at higit na maganda kaysa isang hiyas, upang iyong matanggap ang anumang iyong hilingin at tahakin ang mapagpalang buhay, sa pangalan ng ating Panginoon JesuCristo idinadalangin ko!

Mensahe 4
Ang Liwanag

1 Juan 1:5

Ito ang mensahe na aming narinig
Mula sa kanya at ipinahayag naming
Sa inyo, na ang Diyos ay liwanag at
Sa kanya ay walang anumang kadiliman

Mayroong maraming uri ng liwanag at sa bawat isa sa kanila ay may sariling nakamamanghang kakayahan. Higit sa lahat, ito'y nagliliwanag sa kadiliman, nagbibigay ng init, at pumapatay ng nakasasakit na bakterya o onggo. Sa pamamagitan ng liwanag, ang mga halaman ay magagawang tumustos ng buhay sa pamamagitan ng potosintesis.

Gayunman, mayroong mga pisikal na liwanag na ating makikita sa pamamagitan ng ating mga mata at pandama, at ang ispirituwal na liwanag ay hindi natin makikita o mahahawakan. Gaya ng ang pisikal na liwanag ay maraming kakayahan, sa ispirituwal na liwanag ay mayroong hindi masukat na mga kakayahan. Kapag ang liwanag ay sumilay sa gabi, ang kadiliman ay kaagad na naglalaho.

Sa kahalintulad na paraan, kapag ang ispirituwal na liwanag ay nagliwanag sa ating buhay, ang ispirituwal na kadiliman ay kaagad na maglalaho habang tayo ay lumalakad sa pag-ibig at kahabagan ng Diyos. Yamang ang ispirituwal na kadiliman ay ang ugat ng mga karamdaman at mga suliranin sa tahanan, gawain at sa mga relasyon, tayo'y hindi makasusumpong ng tunay na kaaliwan. Gayunman, kapag ang suliranin na higit pa sa hangganan ng kaalaman at kakayahan ng tao ay maaaring malutas at lahat ng ating nais ay masasagot.

Ang Isprituwal na Liwanag

Ano ang ispirituwal na liwanag at paano ito gumagawa? Ating matatagpuan sa huling kalahati ng 1 Juan 1:5 na, "Ang Diyos ay liwanag at sa kanya ay walang anumang kadiliman," at sa Juan 1:1, "ang salita ay Diyos." Sa kabuuan, "ang liwanag" ay tumutukoy hindi lamang sa Diyos mismo, kundi maging sa kanyang salita na siyang katotohanan, kabutihan at pag-ibig. Bago ang paglikha sa lahat ng bagay, sa kalawakan ng uniberso ang Diyos ay naroroong mag-isa at hindi naglalagay ng anumang hugis. Sa pagkakaisa ng liwanag at tunog, ang Diyos at nagtipon ng buong uniberso. Ang kaningningan, kadakilaan at kagandahan ng liwanag ay bumalot sa buong sansinukob at mula sa liwanag na yaon ay lumabas ang mabikas, malinaw, at maalalad na tinig.

Ang Diyos na naroroon bilang liwanag at ang tunog ang nagbabalangkas ng katalagahan ng kalinangan ng sangkatauhan upang anihin ang tunay na mga anak. Kanyang, kapagdaka, ay inilagay ang isang hugis, inihiwalay ang kanyang sarili sa Tatlong katauhan, sa kanyang sariling larawan nilikha ang sangkatauhan. Gayunman, ang kakanyahan ng Diyos ay nananatiling ang liwanag at ang tunog, at siya ay patuloy na gumagawa sa pamamagitan ng liwanag at ang tunog. Bagaman siya ay nasa hugis ng isang taong nilalang, sa hugis na yaon ay ang liwanag at tunog ng kanyang walang hanggang kapangyarihan.

Sa karagdagan sa kapangyarihan ng Diyos, mayroong iba pang mga element ng katotohanan, kasama ang pag-ibig at kabutihan, sa ispirituwal na liwanag na ito. Ang animnapu't anim na aklat sa Bibliya ay isang koleksyon ng mga katotohanan ng ispirituwal na liwanag na binibigkas sa isang tunog. Sa ibang salita, "ang liwanag" ay tumutukoy sa lahat ng mga utos at mga talata sa Bibliya patungkol sa kabutihan, katwiran, at pag-ibig kasama ang "pag-iibigan sa isa't isa, "manalangin ng walang patid," sundin ang Pamamahinga," "sundin ang Sampung Utos," at ang tulad nito.

Lumakad sa Liwanag upang Makatagpo ang Diyos

Habang ang Diyos ay pinamamahalaan ang mundo ng liwanag, ang kaaway na diyablo at Satanas ay pimamahalaan ang mundo ng kadiliman. Higit pa doon, yamang ang kaaway na diyablo at Satanas ay sumasalungat sa Diyos, ang mga taong namumuhay sa mundo ng kadiliman ay hindi makakatagpo ang Diyos. Kaya nga, upang makatagpo ang Diyos, ay mayroong iba't ibang suliranin sa iyong buhay ang nalutas, at tumanggap ng mga kasagutan, ikaw ay dapat na kaagad na lumabas sa mundo ng kadiliman at pumasok sa mundo ng kaliwanagan.

Sa Bibliya ating matatagpuan ang maraming "Gawin" na mga utos. Kasama dito ang "mag-ibigan sa isa't isa," "maglingkod sa isa't isa," "Manalangin," "Maging mapagpasalamat," at ang tulad nito. Mayroon ding "Sundin" na mga utos, kasama ang "Sundin ang Pamamahinga," "Sundin ang Sampung Utos," "Sundin ang mga utos ng Diyos," at ang katulad nito. Pagkatapos mayroong maraming "Huwag" na mga utos, kasama ang "Huwag magsisinungaling," "Huwag mamumuhi," "Huwag hanapin ang iyong sariling kapakanan," "Huwag sasamba sa diyos-diyosan," "Huwag magnanakaw," "Huwag maninibugho," "Huwag maiinggit," "Huwag magtsismis," at ang tulad nito. Mayroon ding "Iwaksi ang inggit at paninibugho," "Iwaksi ang kasakiman," at ang tulad nito.

Sa kabilang banda, ang pagsunod sa mga utos na ito ng Diyos ay pamumuhay sa liwanag, humahalintulad sa ating Panginoon, at humahalintulad sa ating Amang Diyos. Sa kabilang banda, kung hindi mo gagawin ang sinasabi sa iyo ng Diyos, kung hindi mo susundin ang anomang sinasabi niya sa iyo na huwag gawin ang anomang sinasabi niya sa iyo na huwag gawin, at kung hindi mo iwawaksi ang anomang sinabi niya sa iyo na iwaksi, ikaw ay patuloy na mananatili sa kadiliman. Kaya nga, alalahanin na ang pagsuway sa salita ng Diyos ay nangangahulugan na tayo ay nasa mundo ng kadiliman na pinamamahalaan ng kaaway na diyablo at Satanas, tayo ay dapat na laging namumuhay sa kanyang salita at lumalakad sa liwanag.

Pakikipag-ugnayan sa Diyos kapag tayo ay lumalakad sa liwanag

Gaya sa unang bahagi ng 1 Juan 1:7 ay nagsasabi sa atin na, "kung tayo ay lumalakad sa liwanag kung paanong siya ay nasa liwanag, tayo ay mayroong pakikipagkaisa sa bawat isa." Kapag lamang tayo ay lumakad at nanahan sa liwanag ay maaari tayong masabing may pakikipagkaisa sa Diyos.

Kung paanong may pakikipag-ugnayan sa pagitan ng isang ama at sa kanyang mga anak, tayo man ay dapat na may pakikipag-ugnayan sa Diyos, ang Ama ng ating mga ispiritu. Magkagayunman, upang maitatag at mapanatili ang pakikipag-ugnayan sa kanya, kailangan nating matugunan ang isang katangiang-kailangan: Itapon ang kasalanan sa pamamagitan ng paglalakad sa liwanag. Iyan ay kung bakit, "kung ating sinasabi na tayo ay may pakikipag-ugnayan sa kanya at patuloy na lumalakad sa kadiliman, tayo ay nagsisinungaling at hindi natin ginagawa ang katotohanan." (1 Juan 1:6).

Ang "Pakikipag-ugnayan" ay hindi lamang isang bahagi. Dahil lamang sa kilala mo ang isang tao, ay hindi nangangahulugan na ikaw ay may pakikipag-ugnayan sa taong yaon. Tanging kapag ikaw ay may pakikipag-ugnayan sa taong yaon. Tanging kapag ang kapwa bahagi ay naging malapit sapat upang makilala, pagkatiwalaan, asahan, at makipagtalastasan sa isa't isa ay maaaring magkaroon ng "pakikipag-ugnayan" sa pagitan ng kapwa partido.

Magpahalimbawa, karamihan sa inyo ay kilala ang hari o pangulo ng inyong bansa. Kahit na gaano mo pa nakikilala o nalalaman ang tungkol sa pangulo, kung hindi ka niya nakikilala, walang pakikipag-ugnayan ay mayroong magkaibang lalim dito. Kayong dalawa ay maaaring magkakilala; kayong dalawa ay maaaring mayroong maliit na paglalapit sapat upang tanungin kung paanong ang bawat isa gumagawa bawat oras; o kayong dalawa ay maaaring may malalim na pakikipag-ugnayan na kung saan ibinabahagi ninyo maging ang pinakamalalim na lihim.

Ito'y kahalintulad din sa pakikipag-ugnayan sa Diyos. Upang ang ating pakikipagrelasyon sa kanya ay maging tunay na pakikipag-ugnayan, ang Diyos ay kailangan makilala at tangkilikin tayo. Kung tayo ay mayroong malawak na pakikipag-ugnayan sa Diyos, tayo ay hindi magiging sakitin o mahina, at walang anumang bagay na hindi natin maaaring matanggap ang mga kasagutan. Nais ng Diyos na bigyan ang kanyang mga anak na tanging pinakamainam lamang, at sinasabi sa atin sa Deuteronomio 28 na kapag tayo'y ganap na sinusunod ang ating Diyos at maingat na sinusunod ang lahat ng kanyang mga utos, tayo ay pagpapalain kapag tayo ay pumasok at pagpapalain tayo kapag tayo ay lumabas: tayo'y magpapautang ngunit hindi mangungutang mula kaninoman; at tayo ang magiging ulo at hindi buntot.

Mga Ama ng Pananampalataya na may Tunay na Pakikipag-ugnayan sa Diyos

Anong uri ng pakikipag-ugnayan mayroon si David, na itinuturing ng Diyos na "isang tao ayon sa Aking puso" (Gawa 13:22) sa kanya? Si David ay umibig, natakot at umasa ng lubusan sa Diyos sa lahat ng panahon. Nang siya ay tumatakas mula kay Saulo o lumalabas upang makipagdigma, tulad sa isang bata na nagtatanong ng isa-isa sa kanyang magulang kung ano ang kanyang gagawin, si David ay laging nagtatanong, "Ako ba'y pupunta? Saan ako pupunta? At ginawa tulad ng iniuutos sa kanya ng Diyos. Higit pa doon, ang Diyos ay laging nagbibigay kay David ang sinabi ng Diyos sa kanya siya ay nagkakamit ng katagumpayan kada katagumpayan (2 Samuel 5:19-25).

Si David ay nagtatamasa ng isang magandang relasyon sa Diyos dahil, sa kanyang pananampalataya, si David ay kinalugdan ng Diyos. Magpahalimbawa sa pasimula ng paghahari ni haring Saul, ang mga Filiseo ay pinangunahan ni Goliat, na humamak sa hukbo ng Israel at nilapastangan at hinamak ang pangalan ng Diyos. Datapuwat, wala ni isa man mula sa kampamento ng Israel ang nagtangkang labanan si Goliat. Nang mga sandaling yaon, bagaman siya ay bata pa, si David ay nagtungo upang harapin si Goliat hindi nasasandatahan at tanging limang makikinis na bato mula sa batis sapagkat siya ay naniniwala sa makapangyarihang Diyos ng

Israel at ang pakikipaglaban ay nabibilang sa Diyos (1 Samuel 17). Ang Diyos ay kumilos upang ang bato ni David ay tumama sa noo ni Goliat. Pagkatapos na mamatay ni Goliat, ang pagkakataon ay nabago at ang Israel ay nagkamit ng ganap na katagumpayan.

Dahilan sa kanyang matatag na pananampalataya, si David ay itinuring na, "isang tao ayon sa aking puso" ng Diyos, at tulad sa isang ama at anak na may malalim na relasyon na nagtatalastasan sa lahat ng gawain, si David ay nagawang magkamit ng lahat ng bagay kasama ang Diyos sa kanyang tabi.

Ang Bibliya man ay nagsasabi sa atin na ang Diyos ay nangusap kay Moises ng harapan. Magpahalimbawa, nang si Moises ay hilingin ng buong tapang sa Diyos na ipakita ang kanyang mukha, ang Diyos ay masiglang ibigay sa kanya ang lahat ng bagay na kanyang hiniling (Exodo 33:18). Paano nangyari na si Moises ay nagkaroon ng malapit at malalim na relasyon sa Diyos?

Pagkatapos na pangunahan ni Moises ang mga Israelita palabas sa Ehipto, siya ay nag-ayuno at nakipag-usap sa Diyos sa loob ng apatnapung araw sa tuktok ngBundok Sina. Nang si Moises ay nabalam sa kanyang pagbalik, ang mga Israelita ay lumikha ng isang diyos-diyosan na maaari nilang sambahin. Pagkakita dito, sinabi ng Diyos kay Moises na kanyang wawasakin ang mga Israelita at pagkatapos gagawin niya si

Moises na isang dakilang bansa." (Exodo 32:10).

Dahil dito, si Moises ay nakiusap sa Diyos: "Alisin mo ang iyong nag-aalab na galit at baguhin ang iyong isip patungkol sa paglipol sa iyong bayan" (Exodo 32:12b) nang sumunod na araw, siya ay nakiusap muli sa Diyos: "Ang mga taong ito ay nakagawa ng malaking kasalanan, at sila ay gumawa ng diyos-diyosan nag into para sa kanilang sarili. Datapuwa ngayon, kung iyong loloobin, patawarin ang kanilang kasalanan at kung hindi, pakiusap burahin mo ako mula sa iyong aklat na iyong isinulat!" (Exodo 32:31-32). Anong nakamamangha at marubdob na panalangin ng pag-ibig ang mga ito!

Bukod pa doon, ating matatanggap sa Mga Bilang 12:3, "Ngayon ang taong si Moises ay lubhang napakababa, higit kaysa kanino mang tao sa balat ng lupa." Sa Bilang 12:7 mababasa, "Hindi gayon, sa Aking lingkod na si Moises, siya ay matapat sa lahat ng Aking Sambahayan." Sa kanyang dakilang pag-ibig at maamong puso, si Moises ay maaaring maging matapat sa lahat ng kanyang sambahayan at tamasahin ang isang malalim na pakikipag-ugnayan sa Diyos.

Mga Pagpapala para sa mga Taong Lumalakad sa Liwanag

Si Hesus, na dumating sa sanlibutan bilang liwanag ng sanlibutan, ay nagturo ng katotohanan lamang at ang ebanghelyo ng kalangitan. Ang mga tao na gumagawa sa kadiliman na nabibilang sa kaaway na diyablo, gayunman, ay hindi magagawang maunawaan ang liwanag maging nang ito ay ipaliwanag. Sa kanilang pagsalungat, ang mga tao sa mundo ng kadiliman ay hindi magawang tanggapin ang liwanag o tanggapin ang kaligtasan, kundi sa halip nagtungo sa landas ng kapahamakan.

Ang mga tao ng mabubuting puso ay dumadating na nakikita ang kanilang mga kasalanan, pinagsisihan ang mga iyon, at naaabot ang kaligtasan sa pamamagitan ng liwanag ng katotohanan. Sa pamamagitan ng pagsunod sa nais ng Banal na Espiritu, sila rin ay nagsisilang sa ispiritu sa pang araw-araw na paraan at lumalakad sa liwanag. Ang kakulangan sa karunungan o kakayahan sa kanilang bahagi ay hindi na isang suliranin. Sila'y nagtatag ng pakikipagtalastasan sa Diyos na siyang liwanag, at tinanggap ang tinig at pangangasiwa ng Banal na Espiritu. Kapagdaka lahat ng bagay ay magiging maayos sa kanila at sila'y makatatanggap ng karunungan mula sa langit. Kahit kung sila ay magkaroon ng mga suliranin na nahabi tulad sa isang sapot ng gagamba, walang anuman ang maaaring humadlang sa kanila upang lutasin ang mga suliranin at walang balakid ang maaaring humarang sa kanilang daanan sapagkat ang Banal na Espiritu ay personal na tuturuan sila sa bawat hakbang ng daan. Gaya ng sa 1 Corinto 3:18 ipinamamanhik sa atin, "Huwag dayain ninoman ang kanyang sarili. Kung sinumang tao sa inyo ang nag-iisip na siya ay marunong sa panahong ito, siya ay dapat na magpakamangmang, upang siya ay maging matalino," dapat nating maunawaan na ang karunungan ng sanlibutang ito ay kamangmangan sa Diyos.

Higit pa doon, gaya sa Santiago 3:17 sinasabi sa atin, "Ngunit ang karunungan mula sa itaas ay una dalisay, kapagdaka ay payapa, mahinahon, mapagbigay, mahabagin at mabuting gawa, hindi nagbabago, walang pagkukunwari." Kapag ating naisakatuparan ang pagpapakabanal at tumungo sa liwanag, ang karunungan mula sa langit ay bababa sa atin. Kapag tayo ay lumakad sa liawanag, maaabot din natin ang antas na kung saan tayo ay Masaya kahit na tayo ay may kakulangan, at hindi natin mararamdaman na tayo ay kulang sa anumang bagay kahit na tayo ay tunay ngang nagkulang.

Si apostol Pablo ay ipinapahayag sa Filipos 4:11, "Hindi dahil sa ako ay nagsasalita mula sa pangangailangan, sapagkat natutunan ko ang maging kuntento sa anumang kalagayan." Sa kahalintulad na paraan, kung tayo ay lumalakad sa liwanag magaganap natin ang kapayapaan ng Diyos, sa gayon ang kapayapaan at kagalakan ay bubukal at aapaw sa ating kalooban. Ang mga taong nakikipagpayapa sa iba ay hindi makikipag-away o magiging kaaway sa kanilang pamilya. Sa halip, habang ang pag-ibig at biyaya ay umaapaw sa kanilang puso, ang pagpapahayag ng pasasalamat ay hindi titigil mula sa kanilang mga labi.

Bukod doon. Kapag tayo ay lumakad sa liwanag at tinularan ang Diyos sa abot ng ating makakaya, gaya ng kanyang sinasabi sa 3 Juan 1:2, "Minamahal, idinadalangin ko na sa lahat ng bagay kayo ay sumagana at nasa mabuting kalusugan, katulad ng iyong kaluluwa ay sumasagana," tayo'y tunay na tatanggap hindi lamang ng mga pagpapala ng kasaganaan sa lahat ng bagay, bagkus maging sa karapatan, kakayahan, at kapangyarihan ng Diyos na siyang liwanag.

Matapos makatagpo ni Pablo at lumakad sa liwanag, ginawa ng Diyos na maipahayag sa kanya ang nakamamanghang kapangyarihan bilang isang apostol sa mga Hentil. Kahit na si Esteban o Felipe ay hindi isang propeta o isa sa mga alagad ni Hesus, ang Diyos ay patuloy na gumagawa ng kadakilaan sa pamamagitan nila. Sa Gawa 6:8, ating matatagpuan na, "at si Esteban, puspos ng biyaya at kapangyarihan, ay gumawa ng dakilang kababalaghan at mga tanda sa mga tao." Sa Gawa 8:6-7, atin ding matatagpuan, "Ang mga tao ay nagkaisa ay nakinig sa sinasabi ni Felipe, habang sila ay nakikinig at nakita ang mga tanda na kanyang ginawa. Sapagkat sa kalagayan ng marami na may masasamang ispiritu, sila ay lumalabas sa kanila na sumisigaw ng may malakas na tinig; at maraming paralitiko at pilay ay napagaling."

Ang isang tao ay maaaring maipahayag ang kapangyarihan ng Diyos sa abot-saklaw na siya ay nagiging banal sa pamamagitan ng paglakad sa liwanag at tinutularan ang

Panginoon. Mayroon lamang iilang tao ang nagpapahayag ng kapangyarihan ng Diyos. Datapuwa, maging sa mga taong nagagawang maipahayag ay nagkakaiba sa isa't isa ayon sa kung gaano ang bawat tao ay tumulad sa Diyos na siyang liwanag.

Ako ba ay Namumuhay sa liwanag?

Upang makatanggap ng nakamamanghang pagpapalang ibinigay sa mga taong lumalakad sa liwanag, bawat isa sa atin ay dapat munang magtanong at suriin ang ating mga sarili, "Ako ba ay nabubuhay sa liwanag?"

Maging kung ikaw ay walang tukoy na suliranin, dapat mong suriin ang iyong sarili upang tingnan kung ikaw ay namuhay ng "maligamgam" na pamumuhay kay Cristo, o kung hindi mo napakinggan at hindi napamahalaan ng Banal na Espiritu. Kung magkagayon, dapat kang gumising mula sa iyong ispirituwal na pagkaidlip.

Kung iyong naiwaksi ang ilang antas at dami ng kasamaan, hindi ka dapat na masiyahan; gaya ng isang bata na lumaki tungo sa isang ganap na tao, dapat mo ring maabot ang pananampalataya ng mga ninuno. Dapat kang magkaroon ng pakikipagtalastasan ng lubos na malalim sa Diyos gayundin sa malalim na pakikipag-ugnayan sa kanya.

Kung ikaw ay tumatakbo tungo sa kasiyahan, dapat mong

mapag-alaman maging ang maliit na bahagi ng kasamaan at bunutin ang mga ito. Mas maraming karapatan na tinataglay mo at mas higit na ikaw ay nagiging una, dapat lagi mo munang paglingkuran at hanapin ang kapakanan ng iba. Kapag ang iba, kasama yaong mga taong mas mababa kaysa sa iyo, itinuro ang iyong mga kamalian, dapat mong magawang pakinggan ang mga ito. Sa halip na ikaw ay magkaroon ng pagdaramdam o pagkaasiwa at balewalain yaong mga taong naligaw mula sa daan ng tao at gumawa ng kasamaan sa pag-ibig at kabutihan dapat ay magawa mong unawain at pakilusin sila matalim. Hindi mo dapat na alisin o ipahiya ang sinuman. Hindi mo dapat na balewalain ang iba sa iyong sariling katwiran o wasakin ang kapayapaan.

Naipakita ko at nagbigay ng labis na pag-ibig sa mga nakababata, mga mahihirap, at mga mahihinang tao. Katulad ng mga magulang na nangangalaga ng labis para sa kanilang kahinaan at mga batang may karamdaman kaysa sa mga malulusog dumadalangin ako ng mahigpit para sa mga taong nasa gayong kalagayan, hindi sila binalewala ni minsan, at sinusubukang paglingkuran sila mula sa kaibuturan ng aking puso. Yaong mga taong lumalakad sa liwanag ay dapat na magkaroon ng habag maging sa mga taong nakagawa ng malaking pagkakamali, at magawang patawarin sila at takpan ang kanilang mga pagkakamali sa halip na ipahayag ang kanilang sala.

Maging sa pagasasagawa ng gawain ng Diyos, hindi mo dapat na ilagay o ihayag ang iyong sariling karangalan o nagawa, bagkus kilalanin ang pagsisikap ng iba na iyong nakasamang gumawa. Kapag ang kanilang pagpapagal ay kinilala at pinarangalan, dapat kang maging mas Masaya at mas nagagalak.

Naiisip mo ba kung gaano iniibig ng Diyos yaong kanyang mga anak na ang mga puso ay tumutulad sa puso ng ating Panginoon? Ang paraan ng Siya ay lumakad kasama si Enoch sa loob 300 taon, ang Diyos ay lalakad kasama ang kanyang mga anak na tumulad sa kanya. Higit pa dito, kanyang bibigyan sila hindi lamang ng mga pagpapalang kalusugan at ang lahat ng bagay ay magiging maayos sa lahat ng gawain, bagkus maging ang kanyang kapangyarihan na kung saan kanyang gagamitin ang mga ito bilang mahalagang mga sisidlan.

Kaya nga, kahit na kung iyong iniisip na ikaw ay mayroong pananampalataya at iniibig ang Diyos, maaari mong muling suriin kung gaano ang iyong pananampalataya at pag-ibig kanyang tunay na kikilalalanin at lalakad sa liwanag upang ang iyong buhay ay mag-umapaw sa mga katibayan ng pag-ibig at pakikipag-ugnayan sa kanya, sa pangalan ng ating Panginoon JeusCristo idinadalangin ko!

Mensahe 5
Ang Kapangyarihan ng Liwanag

1 Juan 1:5

Ito ang mensahe na aming narinig
Mula sa kanya at ipinahayag naming
Sa inyo, na ang Diyos ay liwanag at
Sa kanya ay walang anumang kadiliman

Sa Bibliya, mayroong maraming pangyayari na kung saan di-mabilang na mga tao ang tumanggap ng kaligtasan, mga kagalingan, at mga kasagutan sa pamamagitan ng tunay na nakamamanghang gawa ng kapangyarihan ng Diyos na naipahayag sa pamamagitan ng kanyang Anak na si Jesus. Kapag si Jesus ay nag-utos, lahat ng uri ng mga karamdaman ay kaagad na gumagaling at ang mga mahihina ay napapalakas at napanunumbalik.

Ang mga bulag ay nakakakita, ang mga pipi ay nakapagsasalita, at ang bingi ay nagsimulang makarinig. Isang taon na may tuyot na kamay ay gumaling, ang lumpo ay nagsimulang makalakad na muli, at ang mga paralitiko ay nakatanggap ng kagalingan. Higit pa dito, ang mga masasamang ispiritu ay napalayas at ang patay ay nabuhay.

Ang mga nakamamanghang mga gawa ng kapangyarihan ng Diyos ay naipahayag hindi lamang sa pamamagitan ni Jesus, kundi maging sa pamamagitan ng maraming propeta sa panahon ng Lumang Tipan sa panahon ng mga apostol sa Bagong Tipan. Tunay nga, ang kapahayagan ni Jesus sa kapangyarihan ng Diyos ay hindi mapapantayan ng mga propeta at mga apostol. Magkagayunman, sa mga taong tumulad kay Jesus at bilang kanyang mga sisidlan. Ang Diyos na siyang liwanag ay ipinahayag ang kanyang kapangyarihan sa pamamagitan ng diyakono tulad ni Esteban at Felipe sapagkat kanilang naisaganap ang kabalanan sa paglalakad sa liwanag at tumulad sa Panginoon.

Si Apostol Pablo ay Ipinahayag ang Dakilang Kapangyarihan upang Maituring na Diyos

Kabilang sa lahat ng tauhan mula sa Bagong Tipan, ang kapahayagan ni Apostol Pablo sa kapangyarihan ng Diyos ay pumapangalawa sa hanay pagkatapos ni Jesus. Kanyang ipinangaral ang ebanghelyo sa mga Hentil, na hindi tanda at kababalaghan. Kalakip ang ganitong uri ng kapangyarihan, si Pablo ay makapagpapatotoo sa Diyos ang tunay na pagkadiyos at JesuCristo.

Mula sa katotohanan na ang pagsamba sa diyos-diyosan at mga bulong ay laganap ng mga panahong yaon, maaaring mayroong ilang tao kabilang sa mga Hentil ang nanlinlang sa iba. Ang pagpapapalaganap ng ebanghelyo sa gayong mga tao ay nangangailangan ng kapahayagan ng gawa ng kapangyarihan ng Diyos na hihigit sa kapangyraihan ng huwad na bulong at sa gawa ng mga masasamang ispiritu (Roma 15:18-19).

Mula sa Gawa 14:8 nagpapatuloy ay isang pangyayari na kung saan si apostol Pablo ay ipinangaral ang ebanghelyo sa rehiyon na tinatawag na Lystra. Nang inutusan ni Pablo ang isang lalaki na lumpo sa buong buhay niya, "Tumindig ka ng tuwid sa iyong mga paa!" ang lalaki ay tumindig at nagsimulang lumakad (Gawa 14:10). Nang Makita ng mga tao ang bagay na ito, kanilang naibulalas, "Ang mga diyos ay naging tulad ng mga tao at bumaba sa atin." (Gawa 14:11). Sa Gawa 28 ay isang pangyayari na kung saan si apostol Pablo ay dumating sa isla ng Malta matapos na masira ang barko. Nang siya ay nagtitipon ng bunton ng kahoy at inilagay ito sa apoy, isang ulupong, ang lumabas dahil sa init, tinuklaw ang kanyang kamay. Matapos Makita ito, ang mga taga-isla ay inasahang siya ay mamamaga at babagsak na patay bigla, subalit ng walang anumang nangyari kay Pablo, ang mga tao ay nagwikang Siya ay isang Diyos. (v.16).

Sapagkat si apostol Pablo ay nagtataglay ng isang puso na wasto sa paningin ng Diyos, magagawa niyang ipahayag ang gawa ng kanyang kapangyarihan sa gayon siya ay itunuturing na isang "diyos" ng mga tao.

Ang Kapangyarihan ng Diyos na Siyang Liwanag

Ang kapangyarihan ay ibinibigay hindi dahil sa sinoman ay hangad ito; ito ay ibinibigay lamang sa mga taong tumutulad sa Diyos at naisakatuparan ang kabanalan. Maging sa ngayon, ang Diyos ay naghahanap ng mga tao na kanyang mapagbibigyan ng kanyang kapangyarihan upang gamitin bilang isang sisidlan ng kaluwalhatian. Iyan ay kung bakit sa Marcos 16:20 ipinapaalala sa atin na, "At sila'y humayo at nangaral kahit saan, habang ang Panginoon ay gumagawa kasama nila, at pinatunayan ang salita sa pamamagitan ng mga tanda na sumusunod." Sinabi din Jesus sa Juan 4:48, "Malibang kayong mga tao ay makakita ng mga tanda at himala, kayo ay tunay na hindi sasampalataya."

Ang pag-akay sa di-mabilang na mga tao sa kaligtasan ay tumatawag para sa kapangyarihan mula sa langit na maaaring magpahayag sa mga tanda at mga himala, na sa paglaon ay nagpapatotoo sa buhay na Diyos. Sa isang panahon na kung saan ang kasalanan at kasamaan at tanging namamayani, ang mga tanda at mga himala ay lalong higit na kinakailangan.

Kapag tayo ay lumakad sa liwanag at naging isa sa ispiritu kasama ang ating Amang Diyos, maaari nating maipahayag ang kalakasan ng kapangyarihan na siyang naipahayag ni Jesus. Ito ay sa dahilang ang ating Panginoon ay nangako, "Katotohanang, katotohanan, na sinasabi ko sa inyo, siya na sumasampalataya sa Akin, ang mga gawa ng aking nagawa, kanyang magagawa din; at higit na mga gawain kaysa sa mga ito ay kanyang magagawa; sapagkat ako ay pupunta sa Ama." (Juan 14:12).

Kung sinuman ang makapagpapahayag sa uri ng kapangyarihan ng ispirituwal na mundo na maaaring mangyari lamang sa pamamagitan ng Diyos, sa gayon siya ay kikilalanin bilang sa Diyos. Tulad sa Awit 62:11 ipinapaalala sa atin, "Minsang nagsalita ang Diyos, dalawang beses kong narinig ito; na ang kapangyarihan ay nabibilang sa Diyos ang kaaway na diyablo at Satanas ay hindi magagawang mapiahayag ang uri ng kapangyarihan na nabibilang sa Diyos. Tunay nga, sapagkat sila ay mga ispirituwal na nilalang sila'y nagtataglay ng mataas na kapangyarihan upang dayain ang mga tao at pilitin sila na salungatin ang Diyos. Isang sangkap, magkagayunman, ay nananatiling tiyak: Walang ibang nilalang ang maaaring gumaya sa kapangyarihan ng Diyos, na kung saan kanyang pinamamahalaan ang buhay, kamatayan, pagpapala, sumpa ay kasaysayan ng sangkatauhan, at lumilikha ng isang bagay mula sa kawalan. Ang kapangyarihan ay nabibilang sa mundo ng Diyos na siyang liawanag, na maaaring maipahayag lamang ng mga taong naisakatuparan ang kabanalan at naabot ang sukat ng pananampalataya ni JesuCristo.

Mga Pagkakaiba sa Karapatan, Kakayahan at Kapangyarihan ng Diyos

Sa pagtatalaga o pagtukoy sa kakayahan ng Diyos, maraming tao ang ipanapantay ang karapatan sa kakayahan, o kakayahan sa kapangyarihan; gayunman, mayroong isang malinaw na pagkakaiba sa tatlo.

"Kakayahan" ay ang kapangyarihan ng pananampalataya kung saan sa pamamagitan nito ang isang bagay na imposible sa tao ay posible sa Diyos. "Karapatan" ay ang tapat, marangal at kadakilaan ng kapangyarihan ng Diyos ay naitatag, at sa isprituwal na mundo ang kalagayan ng walang-kasalanan ay kapangyarihan. Sa ibang salita, ang karapatan ay ang kabanalan mismo, at yaong mga binanal na mga anak ng Diyos na lubusang naiwaksi ang kasamaan at kasinungalingan sa kanilang puso ay maaring matanggap ang ispirtuwal na karapatan.

Ano, samakatuwid, ang "kapangyarihan"? Ito'y tumutukoy sa kakayahan ng Diyos na kanyang ibinigay sa mga taong nagagawang iwasan ang lahat ng uri ng kasamaan at naging banal.

Kunin natin ito bilang isang halimbawa. Kung isang tsuper ay may kakayahan na magmaneho ng isang sasakyan, samakatuwid ang opisyal trapiko na nangangasiwa sa trapiko ay may "karapatan" upang patigilin ang mga sasakyan. Ang karapatang ito- ang magpatigil at magpatakbong muli sa mga sasakyan sa kalsada-ay ibinigay sa opisyal ng trapiko, kapag ang opisyal ay nagsabi sa tsuper na tumigil o tumakbo ang tsuper ay dapat na makinig.

Sa ganitong paraan, karapatan at kakayahan ay magkaiba mula sa isa't isa, at kapag ang karapatan at kakayahan ay pinagsama, matatawag natin itong kapangyarihan. Sa Mateo 10:1, ating matatagpuan na, "tinawag ni Jesus ang kanyang labindalawang alagad at binigyan sila ng karapatan laban sa masasamang espiritu, upang palasin sila, at magpagaling sa lahat ng uri ng karamdaman at lahat ng uri ng sakit." Ang kapangyarihan kinakailangan sa kapwa "karapatan" upang magpalayas ng masasamang espiritu at ang "kakayahan" upang magpagaling sa lahat ng karamdaman at kahinaan.

Pagkakaiba sa Pagitan ng Kaloob ng Pagpapagaling at Kapangyarihan

Yaong mga taong hindi nakakaalam sa kapangyarihan ng Diyos na siyang liwanag madalas ay ipinapantay ito sa kaloob ng pagpapagaling. Ang kaloob ng pagpapagaling sa 1 Corinto 12:9 ay tumutukoy gawa ng pagpuksa sa nakakahawang lason na karamdaman. Hindi nito napapagaling ang pagkabingi at pagiging pipi na nagreresulta mula sa pagbagsak ng bahagi ng katawan o ang pagkamatay ng selyulang ugat. Ang gayong mga kaso ng karamdaman at mga kahinaan ay maaaring mapagaling lamang sa pamamagitan ng kapangyarihan ng Diyos at panalangin ng pananampalataya na nakalulugod sa kanya. Higit pa doon, habang ang kapangyarihan ng Diyos na siyang liwanag ay naipapahayag sa lahat ng panahon, ang kaloob ng pagpapagaling ay hindi laging gumagawa.

Sa isang banda, ibinibigay ng Diyos ang kaloob ng pagpapagaling sa mga tao; sa kabila ng nasasaklaw ng kabanalan ng puso ng mga tao, na umiibig at nananalangin ng malaking kapakanan para sa ibang tao at sa kanilang mga ispiritu, at siyang sisidlan. Magkagayunman, kung ang kaloob ng pagpapagaling ay nagamit hindi para sa kanyang kaluwalhatian kundi sa hindi wastong paraan at para sa pansariling kapakinabangan, ang Diyos ay tiyak na babawiin ito.

Sa ibang banda, ang kapangyarihan ng Diyos ay ibinigay lamang sa mga taong naisakatuparan ang kabanalan ng puso; minsang naipagkaloob, ito ay hindi manghihina o matutuyot sapagkat ang tumatanggap ay hindi ito gagamitin para sa pansariling kapakinabangan. Sa halip, ang isang higit na tumutulad sa puso ng Panginoon, ang mas mataas na antas ng kapangyarihan ng Diyos ay ibibigay sa kanya. Kung ang puso at pag-uugali ng isang indibiduwal ay naging kaisa sa Panginoon, magagawa niyang maipahayag maging ang gawa ng kapangyarihan ng Diyos na naipahayag mismo ni Jesus.

Mayroong mga pagkakaiba sa mga pamamaraan na kung saan ang kapangyarihan ng Diyos ay ipinapahayag. Ang kaloob ng pagpapagaling ay hindi maaaring makapagpagaling ng maselan o kakaibang karamdaman ito ay mas mahirap para sa mga taong may maliit na pananampalataya upang mapagaling sa pamamagitan ng kaloob ng pagpapagaling. Gayunpaman, sa kapangyarihan ng Diyos na siyang liwanag, walang bagay na hindi maaaring mangyari. Kapag ang pasyente ay nagpakita ng kahit munti mang katibayan ng kanyang pananampalataya ang kagalingan sa kapangyarihan ng Diyos ay nangyayari kaagad. Dito, ang pananampalataya ay tumutukoy sa ispirituwal na pananampalataya kung saan ang isang tao ay sumasampalataya mula sa kaibuturan ng kanyang puso.

Apat na Antas ng Kapangyarihan ng Diyos na Siyang Liwanag

Sa pamamagitan ni Jesus na siyang katulad kahapon, at ngayon, ang sinuman na itinuturing na nararapat na sisidlan sa paningin ng Diyos ay makakapagpahayag ng kanyang kapangyarihan.

Mayroong maraming magkakaibang antas sa kapahayagan ng kapangyarihan ng Diyos. Mas higit mong maganap ang ispiritu, mas mataas na antas ng kapangyarihan ang iyong mapapasok at matatanggap. Ang mga taong nabuksan ang ispirituwal na mata ay maaaring Makita ang iba't ibang antas ng kaliwanagan ng

"Ako'y lumuluha araw at gabi ako'y lalong nasasaktan kapag ang mga tao'y tumitingin sa akin tulad sa isang batang may 'AIDS'."

Ang Panginoon ay pinagaling ako ng kanyang kapangyarihan at binigyan ang aking pamilya ng pananampalataya. Ako'y labis na nagagalak ngayon!

Esteban Humihka ng Handures, gumaling sa AIDS

liwanag ayon sa bawat antas na kapangyarihan ng Diyos. Ang mga taong nilalang bilang mga nilikha ay maaaring magpahayag hanggang sa apat na antas ng kapangyarihan ng Diyos.

Ang unang antas ng kapangyarihan ay ang kapahayagan ng kapangyarihan ng Diyos sa pamamagitan ng pulang liwanag, na nawawasak ng apoy ng Banal na Espiritu.

Ang apoy ng Banal na Espiritu ay bumubulwak mula sa anumang antas ng kapangyarihan na naipahayag ng sunog ng pulang liwanag at pinapagaling ang mga karamdaman kasama ang mikrobyo at lasong impeksyong karamdaman. Mga karamdamang kasama ang kanser, karamdaman sa baga, diyabetes, lukemiya, sakit sa bato, arthiritis, sakit sa puso, at AIDS ay maaaring mapagaling. Ito'y hindi nangangahulugan, gayunman, na lahat ng mga karamdaman sa itaas ay maaaring mapagaling sa unang antas ng kapangyarihan. Yaong mga taong humakbang na nang lampas sa hangganan ng buhay ang Diyos ay nagtakda, tulad ng sa kaso ng huling estado ng kanser o sakit sa baga, ang unang antas ng kapangyarihan ay hindi sapat.

Ang pagpapanumbalik ng mga bahagi ng katawan na nasira na o hindi magawang gumanap ng wasto ay nangangailangan ng higit na kapangyarihan na hindi lamang magpapagaling kundi maging bumuo ng bagong mga bahagi ng katawan. Maging sa gayong kaso, ang antas ng pagpapahayag ng kanyang pananampalataya ng pasyente gayundin ang antas ng pagpapahayag ng pananampalataya ng kanyang pamilya sa pag-

Shama Masaz ng Pakistan, nakalaya mula sa 14 na taon ng inaalihan ng demonyo.

ibig sa kanya ay magbabatay sa antas na naipahayag ng kapangyarihan ng Diyos.

Buhat sa pagkakatatag, mayroong di-mabilang na kapahayagan ng unang antas ng kapangyarihan sa Manmin Central Church. Kapag ang mga tao at sumunod sa salita ng Diyos at tumanggap ng panalangin ang mga karamdaman sa lahat ng kalagayan at kalubhaan ay lumilinis kapag ang mga tao ay nakipagkamay o nahipo ang dulo ng aking damit, tumanggap ng panalangin, at panalanging naitala tulad sa mga mensahe sa mga teleponong awtomatiko, o kapag naipanalagin ko ang mga larawan ng mga pasyente, aming nasasaksihan ang pagpapagaling ng Diyos muli at muli pa.

Ang kilos sa unang antas ng kapangyarihan ay hindi nalilimitahan sa pagwasak sa pamamagitan ng apoy ng Banal na Espiritu. Kahit na sa isang sandali, kapag ang isang tao ay nananalangin ng may pananampalataya at nagiging kinasihan, naapektuhan at napuspos ng Banal na Espiritu, sinumang indibiduwal ay maaaring makapagpahayag ng mas dakilang kilos na kapangyarihan ng Diyos. Datapuwat, ito ay isang pansamantalang pangyayari at hindi isang katibayan ng permanenteng diin ng kapangyarihan ng Diyos, nangyayari lamang kapag ito ay naaayon sa kanyang kalooban.

Ang ikalawang antas ng kapangyarihan ay ang kapahayagan ng kapangyarihan ng Diyos sa bughaw na liwanag.

Sa Malakias 4:2 sinasabi sa atin, "Datapuwat, kayong natatakot sa aking pangalan, ang araw ng katwiran ay sisikat na may kagalingan sa bagwis na nito; at kayo ay hahayo at lulukso tulad ng mga guya sa kulungan." Ang mga taong nabuksan ang ispirituwal na mata ay makakakita ng sinag ng liwanag na tila leyser na nagmumula sa sinag ng kagalingan.

Ang ikalawang antas ng kapangyarihan ay nagpapalayas ng kadiliman at nagpapalaya sa mga tao na inaalihan ng demonyo, kontrolado ni Satanas, at dinodominahan ng iba't ibang uri ng masasamang ispiritu. Isang uri ng karamdaman sa isipan na dinadala sa pamamagitan ng pwersa ng kadiliman, kasama ang awtismo, nerbyos, at iba pa ay pinapagaling sa ikalawang antas ng kapangyarihan.

Ang ganitong mga uri ng karamdaman ay maaaring maiwasan kung tayo ay "magagalak lagi" at "magpasalamat sa lahat ng bagay." Sa halip na pagiging nagagalak lagi at mapagpasalamat sa lahat ng pagkakataon, kung ikaw ay mamumuhi sa iba, magkikimkim ng sama ng loob, mag-iisip ng negatibo, at magiging madaling magalit, sa gayon ikaw ay magiging mas mahina sa gayong mga karamdaman. Kailanman na ang puwersa ni Satanas, na nagiging sanhi sa isang tao upang magtaglay ng isang masamang kaisipan at puso, ay napalayo, lahat ng gayong karamdaman kaisipan ay magiging karaniwang pinagaling.

Sa bawat sandali, sa ikalawang antas ng kapangyarihan ng Diyos, ang mga pisikal na karamdaman at mga kahinaan ay pinagaling. Ang gayong mga karamdaman at kahinaan ay hatid ng gawa ng mga demonyo at mga diyablo ay pinagaling sa pamamagitan ng liwanag sa ikalawang antas ng kapangyarihan ng Diyos. Dito, ang mga "kahinaan" ay tumutukoy sa panghina at pagkaparalisa ng mga bahagi ng katawan, gaya sa kaso ng mga taong pipi, bingi, pilay, bulag, paralitiko mula pagsilang at tulad nito.

Mula sa Marcos 9:14, pagpapatuloy ay isang pangyayari na kung saan si Jesus ay nagpalayas ng isang "bingi at piping ispiritu" mula sa isang bata (v.25). Ang batang ito ay naging bingi at pipi dahil sa isang masamang na nasa kanya. Nang pinalayas ni Jesus ang ispiritu, ang bata ay kaagad na gumaling.

Sa kahalintulad na paraan, kapag ang sanhi ng isang karamdaman ay ang pwersa ng kadiliman, kasama ang mga demonyo, ang masamang espiritu ay dapat na mapalayas upang ang pasyente ay mapagaling. Kung ang isang tao ay magdusa mula sa mga suliranin sa kanyang sistemang pantunaw bilang sanhi ng pagbagsak ng nerbiyos, ang sanhi ay dapat na mabunot sa pagpapalayas sa pwersa ni Satanas. Sa gayong mga karamdaman tulad ng paralisis atraytis, ang gawa ng pwersa at mga bakas ng kadiliman ay maaari ding matagpuan. Minsan, kahit na ang pagsusuri ng medisina ay hindi matagpuan ang anumang pisikal na pagkakamali, ang mga tao ay magdurusa mula sa sakit dito at doon sa kanilang mga katawan. Nang ako ay nanalagin para sa sinumang nagdurusa sa ganitong kalagayan, ang ibang tao na nabuksan ang ispirituwal na mata ay madalas na nakikita ang pwersa ng kadiliman sa anyo ng karumal-dumal na hayop na umaalis sa katawan ng pasyente.

Sa karagdagan sa pwersa ng kadiliman na natatagpuan sa

"O Diyos! Paano ito mangyayari? Gaano ito mangyayari na ako ay nakalakad?"

Isang matandang babaeng Kenyan na nakalakad lamang matapos ang panalangin mula sa pulpito.

karamdaman at mga kahinaan, ang ikalawang antas ng kapangyarihan ng Diyos, na siyang liwanag, ay maaari ding magpalayas ng pwersa ng kadiliman na matatagpuan sa tahanan, kalakalan, at trabaho. Kapag ang isang indibiduwal na nakapagpapahayag ng ikalawang antas ng kapangyarihan ng Diyos ay dumalaw sa mga taong nagdurusa mula sa pag-uusig sa tahanan at kaguluhan sa trabaho at kalakalan, habang ang kadiliman ay pinapalayas at ang liwanag ay dumarating sa mga tao, pagpapala ayon sa kanilang mga gawa na bumababa sa kanila.

Ang pagkabuhay sa patay o pagkitil sa buhay ng isang tao ayon sa kalooban ng Diyos ay ang gawa ng ikalawang antas ng kapangyarihan ng Diyos din. Ang mga sumusunod na pangyayari ay nabibilang sa ganitong kategorya ang pagkabuhay kay Eutico ni apostol Pablo (Gawa 20:9-12); Ang panlilinlang nina Ananias at Safira kay apostol Pedro at ang kanyang sumpa na nagresulta sa kanilang kamatayan (Gawa 5:1-11); at ang pagsumpa ni Eliseo sa mga bata na nagresulta sa kanilang kamatayan (2 Hari 2:23-24).

Mayroong, gayunpaman, pangunahing pagkakaiba sa gawa ni Jesus at yaong kina apostol Pablo at Pedro at Propeta Eliseo. Pinakahuli-hulihan, ang Diyos bilang ang Panginoon ng lahat ng ispiritu ay kinakailangang pahintulutan kung alin para sa ibang tao ang mabuhay o ang mamatay. Datapuwa't, yamang si Jesus at ang Diyos ay iisa at pareho, anomang naisin ni Jesus ay anomang naisin ng Diyos. Ito ay kung bakit si Jesus ay nakakapagpabuhay

"Kahit na hindi ko nais na tumingin sa aking
katawan
na lubhang naluto…

Nang ako ay nag-iisa, ang Panginoon ay akin
inabot ang kanyang kamay at inilagay ako
sa kanyang tabi.

Sa kanyang pag-ibig at dedikasyon
Ako'y nakatanggap ng isang bagong buhay
Mayroon bang anumang bagay
Na hindi ko magagawa para sa Panginoon?"

...atataas na Diyakonesa Eundeuk Kim,
pinagaling sa ikatlong
antas ng pagkasunog
mula ulo hanggang paa.

ng patay sa pag-uutos lamang sa kanila sa pamamagitan ng kanyang salita (Juan 11:43-44), habang ang ibang mga propeta at mga apostol ay kailangang humingi sa kalooban ng Diyos at sa kanyang pagsang-ayon upang buhayin ang sinuman.

Ang ikatlong antas ng kapangyarihan ay ang kapahayagan ng kapangyarihan ng Diyos sa pamamagitan ng puti o walang kulay na liwanag at nilalakipan ng lahat ng uri ng tanda at kilos ng nilikha. Sa ikatlong antas ng kapangyarihan ng Diyos na siyang liwanag, lahat ng uri ng mga tanda gayundin ang kilos ng nilikha ay nahahayag. Dito ang "mga tanda" ay tumutukoy sa mga pagpapagaling sa pamamagitan na kung saan ang mga bulag ay nakakakita, ang pipi ay nakapagsasalita, at ang bingi ay nakakarinig. Ang pilay at tumitindig at lumalakad, ang maiksi ang mga binti ay humahaba, at ang ipinanganak na paralisis o ang paralisis sa utak ay ganap na gumagaling. Ang tabingi o bumagsak na bahagi ng katawan mula sa pagkasilang ay napapanumbalik. Nawasak na mga buto ay napapanauli muli, nawawalang buto ay nalikha, maigsing dila ay tumutubo, at ang mga litid ay napag-uugnay. Higit pa doon, yamang ang mga liwanag sa una, ikalawa, at ikatlong antas na kapangyarihan ng Diyos ay naipapahayag ng magkakasabay sa ikatlong antas ay kinakailangan, walang karamdaman at kahinaan ang magiging suliranin.

Maging kung ang isang tao ay nasunog mula sa ulo hanggang

paa at ang kanyang selyula at mga laman ay nasunog, o kahit na kung ang laman ay natuto ng kumukulong tubig, ang Diyos ay makagagawa ng lahat ng bagay na bago. Kung paanong ang Diyos ay makakagawa ng lahat ng mula sa wala, magagawa din Niyang ayusin hindi lamang ang mga walang buhay na bagay gaya ng makinarya, kundi maging ang bahagi ng katawan ng tao na hindi maayos.

Sa Manmin Central Church, sa pamamagitan ng panyo na panalangin na naitala gaya ng mga mensahe sa teleponong awtomatiko, mga lamang-loob na hindi na gumaganap ng wasto o lubhang nawasak ay naipanumbalik. Gaya ng lubhang nawasak na mga baga ay binagaling habang ang mga bato, at mga atay na nangangailangan ng pagsasalin ay nagiging normal, sa ikatlong antas ng kapangyarihan ng Diyos, ang kilos ng kapangyarihan ng nilikha ay walang humpay na naipahayag.

Mayroong isang sangkap na labis na naiiba. Sa isang banda, kung ang pagganap ng isang bahagi ng katawan na naging mahina ay naipanumbalik, iyan ay ang gawa sa unang antas ng kapangyarihan ng Diyos. Sa ibang banda, kung ang pagganap ng isang bahagi ng katawan na wala nang pagkakataon na makabawi ay nabubuhay o lumilikha ng bago, iyan ay ang gawa sa ikatlong antas ng kapangyarihan ng Diyos, ang kapangyarihan na lumikha.

Ang ikaapat na antas ng kapangyarihan ay ang kapahayagan ng kapangyarihan ng Diyos sa pamamagitan ng gintong liwanag at ang pagkakamit ng kapangyarihan.

Gaya ng maaari nating sabihin sa kilos ng kapangyarihang naihayag ni Jesus, ang ikaapat na antas ng kapangyarihan ay ang pamamahala sa lahat ng bagay, pamamahala sa panahon, at maging pag-atas sa walang buhay na bagay, upang sumunod. Sa Mateo 21:19, nang sumpain ni Jesus ang puno ng igos, ating matatagpuan na, "Bigla ang puno ng igos ay natuyo." Mula sa Mateo 8:23 ay isang pangyayari na kung saan si Jesus ay sinaway ang mga hangin at ang mga alon, at ito ay ganap na natahimik. Maging ang kalikasan at ang gayong walang buhay na mga bagay gaya ng mga hangin at ang dagat ay naging masunurin habang inuutusan sila ni Jesus. Minsan sinabi ni Jesus kay Pedro na pumaroon sa malalim na tubig, at ihulog ang lambat para nakahuli, at ng si Pedro ay sumunod, siya ay nakahuli ng gayon kalaking bilang ng isda na ang kanyang lambat ay magsimulang masira (Lucas 5:4-6). Sa isang pagkakataon, sinabi ni Jesus kay Pedro na "pumaroon sa dagat at ihagis ang pangawil, at kunin ang unang isda na lalabis; at kapag iyong binuksan ang bibig nito, ikaw ay makakakuha ng isang salaping pilak. Kunin ito at ibigay sa kanila sa iyo at sa akin." (Mateo 17:24-27).

Gaya ng paglikha ng Diyos sa lahat ng bagay sa uniberso sa pamamagitan ng kanyang salita, nang inutusan ni Jesus ang uniberso, ito'y sumunod sa kanya at naging totoo. Sa kahalintulad na paraan, kapag tayo ay nagtaglay ng tunay na pananampalataya, tayo ay magiging tiyak sa anomang ating inaasahan at tiyak sa anomang hindi natin nakikita (Heb.11:1),

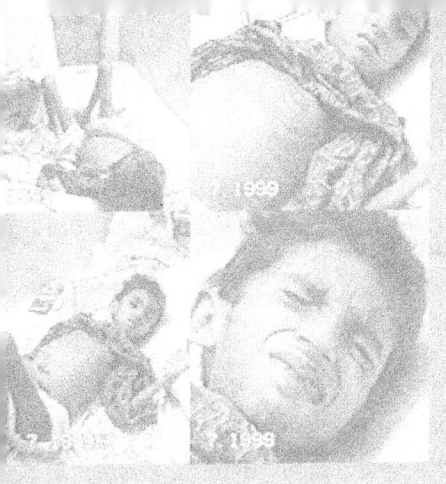

Napakasakit... Napakasakit na hindi ko maidilat ang aking mga mata.

Walang sinoman ang nakaalam ng aking nadarama ngunit ang Panginoon ay nakalaman lahat ng aking pinagdaanan.

Cynthia ng Pakistan, pinagaling sa karamdaman sa celiac at ileus.

at ang kilos ng kapangyarihan na lumikha ng lahat ng bagay mula sa wala ay mahahayag.

Bukod doon, sa ikaapat na antas ng kapangyarihan ng Diyos, ang gawa ay naipapahayag na lumalampas sa panahon at lugar.

Sa mga kapahayagan ni =Jesus sa kapangyarihan ng Diyos, ilan sa kanila ay lumalampas o humihigit sa panahon at lugar. Mula sa Marcos 7:24 ay isang pangyayari na kung saan isang babae ang nagmakaawa kay Jesus upang pagalingin ang kanyang anak na inaalihan ng demonyo, sinabi ni Jesus sa kanya, "Dahil sa sagot na ito, lumayo ka; ang demonyo ay lumisan na sa iyong anak." (v. 29) Nang ang babae ay umuwi sa tahanan niya, natagpuan niya ang kanyang anak na nakahiga at ang demonyo ay lumisan.

Kahit na hindi dalawin ni Jesus ang bawat may sakit ng personal, kapag kanyang nakita ang pananampalataya ng may sakit at inutusan, ang kagalingan na humihigit sa panahon at lugar ay nangyayari.

Ang paglakad ni Jesus sa tubig, na siyang gawa ng kapangyarihan na siya lamang ang nakapaghayag, ay nagpatotoo rin sa katotohanan na lahat ng bagay sa uniberso ay nasa ilalim ng karapatan ni Jesus.

Bukod doon, sinasabi sa atin ni Jesus sa Juan 14:12, "Katotohanang, katotohanang sinasabi ko sa inyo, sinumang sumampalataya sa akin, ang mga gawa na aking ginawa, ay magagawa din niya: at higit pang gawa kaysa dito ang kanyang magagawa; sapagkat ako ay pupunta sa Ama." Habang kanyang sinisiguro sa atin, katotohanang ang namamanghang gawa ng kapangyarihan ng Diyos ay napahayag sa Manmin Central Church ngayon.

Magpahalimbawa, iba't ibang kahalagahan kung saan ang panahon ay nangyari ang pagbabago. Nang ako ay nanalangin, ang pagbuhos ng ulan ay tumigil sa isang kisap mata; ang napakadilim na ulap ay naparam; at ang walang batik na kalangitan ng napuno ng mga ulap sa isang saglit. Mayroon ding di-mabilang na pangyayari na kung saan ang walang buhay na bagay ay sumusunod sa aking panalangin. Maging sa kaso ng panganib sa buhay na pagkalason sa karbon monoxide, isang minute o dalawa pagkatapos ng aking utos, ang tao na nawalan ng malay ay nakapanumbalik-muli at hindi dumanas ng epektong karamdaman. Kailanman ako ay nanalangin para isang indibiduwal na nagdurusa mula sa ikatlong antas ng pagkasunog, "ang pagkadama ng pagkasunog ay nawawala," ang tao ay hindi na nakadarama ng anumang bagay na masakit.

Sa karagdagan, ang gawa ng kapangyarihan ng Diyos na humihigit sa panahon at lugar ay nangyayari sa lalo't higit at lubhang nakalulubos. Ang kaso ni Cynthia, anak ni Rcv. Wilson John Gil, nakatataas na pastor ng Pakistan Manmin Central Chruch ay tiyakang kilala. Nang ako ay manalangin para kay Cynthia sa kanyang larawan sa Seoul, Korea, isang babae na kung saan ang mga doktor ay isinuko na ang lahat ng pag-asa, ay mabilis na gumaling mula sa sandaling nanalangin ako para sa kanya mula sa libo-libong milya ang layo.

Sa ikaapat na antas ng kapangyarihan, ang kapangyarihan upang magpagaling ng karamdaman, magpalayas ng pwersa ng kadiliman, ay nagpapakita ng mga tanda at kababalaghan, at nag-uutos sa lahat ng bagay upang sundin ang pinagsamang gawa ng ama, ikalawa, ikatlo at ikaapat na mga antas ng kapangyarihan ay nahayag.

Ang Pinakamataas na Kapangyarihan ng Nilikha

Ang Bibliya ay naitala ang kapahayagan ni Jesus ng kapangyarihan na higit pa sa ikaapat na antas ng kapangyarihan. Ang antas ng kapangyarihan na ito, ang pinakamataas na kapangyarihan, nabibilang sa lumikha. Ang kapangyarihang ito ay nahahayag hindi sa parehong antas na kung saan ang mga taong nilalang ay makapagpapahayag ng kanyang kapangyarihan. Sa halip, ito'y dumarating mula sa orihinal na liwanag kapag ang Diyos ay naroroong mag-isa.

Sa Juan 11, inutusan ni Jesus si Lasaro, na namatay sa loob ng apat na araw at ang kanyang katawan ay nangangamoy ng nakakasulasok na amoy, "Lasaro, lumabas ka!" Sa kanyang utos ang patay na tao ay lumabas, ang kanyang mga kamay at mga paa ay nababalutan ng piraso ng tela at isang tela ang nababalot sa kanyang mukha (v.43-44).

Matapos ang isang tao ay maalis ang lahat ng uri ng kasamaan, naging banal, naging kawangis ang puso ng kanyang Amang

Diyos, at nabago tungo sa isang ganap na ispiritu, siya ay makakapasok sa ispirituwal na mundo. Mas higit siyang matipon ang kaalaman ng ispirituwal na mundo, mas mataas ang kanyang kapahayagan ng kapangyarihan ng Diyos na tataas higit sa ikaapat na antas.

Sa mga panahong yaon, ang antas ng kapangyarihan, kapangyarihan na hindi lamang maipapahayag ng pagka Diyos, na siyang ang Pinakamataas na Kapangyarihan ng Nilikha. Kapag ang tao ay ganap na naisakatuparan ito, habang ang panahon nang likhain ng Diyos ang lahat ng bagay sa uniberso sa pamamagitan ng kanyang utos, siya man ay makapagpapahayag ng nakamamanghang gawa ng nilikha.

Magpahalimbawa, nang kanyang utusan ang isang taong bulag, "buksan mo ang iyong mga mata," ang mata ng taong bulag ay kaagad na nabuksan. Nang kanyang utusan ang taong pipi, "magsalita ka!" ang taong pipi ay makapagsasalita sa isang iglap. Nang kanyang utusan ang isang pilay, "tumindig ka," ang taong pilay ay lalakad at tatakbo. Kapag siya ay nag-utos, ang mga peklat at mga bahagi ng katawan na nabulok na ay magbabago.

Ito ay naisasakatuparan sa pamamagitan ng liwanag at ang tinig ng Diyos, na naroroon bilang liwanag at tinig buhat ng bago pa magsimula ang panahon. Kapag ang walang hanggang kapangyarihan ng nilikha sa liwanag ay naipalakas ng tinig, ang liwanag ay bumababa at ang gawa ay naipapahayag. Ito ang paraan para sa mga tao, na humahakbang ng lampas sa hangganan ng buhay na itinalaga ng Diyos, at ang mga karamdaman at mga kahinaan na hindi mapagaling sa una, ikalawa, o ikatlong antas ng kapangyarihan, ay napagaling.

Pagtanggap sa Kapangyarihan ng Diyos na Siyang Liwanag

Paano tayo magiging kawangis sa puso ng Diyos na siyang liwanag, tanggapin ang kanyang kapangyarihan, at maghatid sa di-mabilang na tao sa daan ng kaligtasan?

Una, hindi lamang natin dapat na iwasan ang lahat ng uri ng kasamaan at maisakatuparan ang kabanalan, kundi makamit ang mabuting puso at maghangad para sa pinakamataas na kabutihan.

Kung ikaw ay magpapakita ng walang palatandaan ng sama ng loob o ng pagkaasiwa laban sa isang indibidwal na gumawa ng sa iyong buhay na lubhang mahirap o nanakit sa iyo, magagawa mo bang sabihin na naisakatuparan ang mabuting puso? Hindi, hindi yaon ang kaso. Maging kung walang pangangatal ng puso o damdamin ng pagkaasiwa at ikaw ay naghintay at nagtiis, sa paningin ng Diyos ito ay ang tanging unang hakbang ng kabutihan.

Sa mas mataas na antas ng kabutihan, ang isang tao ay makapagsasalita at mag-uugali sa mga paraan upang kumilos ang mga tao na gumawa sa kanyang buhay na mahirap o nanakit sa kanya. Sa pinakamataas na kabutihan na kung saan ang Diyos ay nalulugod, ang isang tao ay dapat na magawang isuko ang kanyang buhay para sa kapakanan ng kanyang kaaway. Si Jesus ay magagawang patawarin ang mga taong nagpako sa kanya at para sa mgataong malayang nagsuko ng kanilang buhay dahil siya ay nagtataglay ng pinakamataas na kabutihan. Kapwa si Moises at apostol Pablo ay handang isuko ang kanilang buhay maging sa mga taong nagtatangkang pumatay sa kanila. Nang ang Diyos ay handang wasakin ang bayan ng Israel, na sumasalungat sa pagsamba sa diyos-diyosan, nagreklamo, at nagkimkikm ng galit laban sa kanya kahit na kanilang nasaksihan ang dakilang mga tanda at kababalaghan, paano tumugon si Moises? Siya buong sikap na nagmakaawa sa Diyos; "Subalit ngayon, kung iyong nanaisin na patawarin ang kanilang kasalanan at kung hindi, paki-usap burahin mo ako mula sa iyong aklat na iyong isunulat! (Exodo 32:32). Gayundin si apostol Pablo. Gaya ng kanyang ipinahayag sa Roma 9:3, "Sapagkat hinihiling ko na ako mismo ay maisumpa, inihiwalay mula kay Cristo para sa kapakanan ng aking mga kapatid, aking kamag-anak ayon sa laman," si Pablo ay naisakatuparan ang pinakamataas na kabutihan at sa gayon ang dakilang kilos ng kapangyarihan ng Diyos ay laging nakasunod sa kanya.

Sumunod, dapat nating maisakatuparan ang ispirituwal na pag-ibig.

Ang pag-ibig ay humupa sa ngayon. Bagaman maraming tao ang nagsasabi sa isa't isa, "Mahal kita." Sa paglipas ng panahon, ating makikita na karamihan sa "pag-ibig" na ito ay makalamang pag-ibig na nagbabago. Ang pag-ibig ng Diyos ay ispirituwal na pag-ibig na dalisay araw-araw, at isinasalarawan sa 1 Corinto 13.

Una, "Ang pag-ibig ay matiyaga, (at) ang pag-ibig ay mabait. Ito ay hindi mapanibughuin." Ang ating Panginoon ay napatawad ang lahat ng ating mga kasalanan at pagkakamali, at binuksan ang daan ng kaligtasan sa pamamagitan ng matiyagang paghihintay maging sa mga taong hindi mapatawad. Datapuwa, kahit na ating ipinapahayag ang ating pag-ibig para sa Panginoon tayo ba ay mabilis na ihayag ang mga kasalanan at mga kamalian ng ating mga kapatiran? Tayo ba ay sa paghatol at paghusga sa iba kapag isang bagay o isang tao na hindi natin gusto? Tayo ay naging mapanibughuin sa ibang tao na ang buhay ay maayos o nakadarama ng pagkasiphayo?

Sumunod, "ang pag-ibig ay hindi mayabang (at) ito'y hindi palalo." (v.4) kahit na kung tayo ay tila lumuluwalhati sa Panginoon sa panlabas, kung tayo ay may puso na nagnanais na makilala ng iba, ihayag ang ating sarili, at balewalain o turuan ang iba dahil sa ating kalagayan o karapatan, ito ay maaaring pagmamalaki at pagiging palalo.

Higit pa doon, ang pag-ibig "ay hindi kumikilos ng di-wasto; ito'y hindi naghahangad para sa sariling kapakanan, hindi magagalitin, hindi nagtatanim ng galit" (v.5). Ang ating magaspang na pag-uugali tungo sa Diyos at mga tao, ang ating mahinang puso at isipan na madaling magbago, ang ating pagsisikap upang maging dakila kahit na sa kapakanan ng iba, ang ating madaling-mabuo na sama ng loob ang ating pagkilig upang mag-isip ng negatibo at masama sa iba at ang tulad nito, ay hindi nagtataglay ng pag-ibig.

Sa karagdagan, ang pag-ibig "ay hindi nagagalak sa kalikuan, bagkus nagagalak sa katotohanan," (v.6). Kung tayo ay mayroong pag-ibig, dapat lagi tayong lumalakad at nagagalak sa katotohanan. Gaya sa 3 Juan 1:4 sinasabi sa atin, "Ako'y labis na nagagalak sa ganito, na marinig ang aking mga anak na lumalakad sa katotohanan," ang katotohanan ang dapat na pinagmumulan ng ating kasiyahan at kaligayahan.

Panghuli, ang pag-ibig "binabata ang lahat ng bagay, pinaniniwalaan ang lahat ng bagay, umaasa sa lahat ng bagay, (at) pinagtitiisan ang lahat ng bagay" (v.7). Yaong mga taong tunay na umiibig sa Diyos ay daratal sa pagkakilala sa kalooban ng Diyos, at sa gayon sila ay tutungo sa paniniwala sa lahat ng bagay. Habang ang mga tao ay nakatingin at buong sikap na naniniwala sa pagbabalik ng ating Panginoon, ang pagkabuhay-muli ng mga mananampalataya, makalangit na gantimpala, at ang tulad nito, sila ay umaasa sa mga bagay na nasa itaas, nagtitiis sa lahat ng mga kahirapan, at nagsisikap na maisakatuparan ang kanyang kalooban.

Upang maipakita ang mga katibayan ng kanyang pag-ibig para sa mga taong sumusunod sa katotohanan tulad ng kabutihan , pag-ibig at iba pa gaya ng nakatala sa Bibliya, ang Diyos na siyang liwanag ay nagbibigay sa kanila ng kanyang kapangyarihan bilang isang kaloob. Siya man ay nagnanais na makatagpo at masagot ang lahat ng mga taong nagsisikap na lumakad sa liwanag.

Kaya nga, sa pagkatuklas sa inyong sarili at pagpunit sa puso, nawa ikaw ay magnasang makatanggap ng mga pagpapala ng Diyos at mga kasagutan maging handang sisidlan sa harap niya at maranasan ang kapangyarihan ng Diyos, sa pangalan ng ating Panginoong JesuCristo idinadalangin ko!

Mensahe 6
Ang mga Mata ng Bulag ay Mabubuksan

Juan 9:32:33

*Buhat sa pasimula ng panahon
hindi pa napakinggan na sinuman
ay binuksan ang mga mata ng isang
tao na ipinanganak na bulag.
Kung ang toing ito ay hindi mula sa
Diyos, siya ay walang magagawa*

Sa Gawa 2:22, ang alagad ni Jesus na si Pedro, matapos na matanggap ang Banal na Espiritu, nagsalita sa mga hudyo sa pagbanggit sa mga salita ni Propeta Joel. "Mga lalaki ng Israel, pakinggan n'yo ang mga salitang ito: Si Jesus ang Nasareno, isang tao na pinatotohanan ng Diyos ang mga himala at mga kababalaghan at mga tanda na ipinahayag ng Diyos sa pamamagitan niya sa inyong kalagitnaan, tulad ng inyong nalalaman sa inyong sarili." Ang dakilang kapahayagan ni Jesus ang kapangyarihan, mga tanda, at mga kababalaghan ay ang mga katibayan na nagpapatunay na ang Jesus na ipinako ng mga Hudyo ay tunay ngang ang Mesiyas na ang pagdating ay naihula na sa Lumang Tipan.

Bukod doon, si Pedro mismo ay nagawang maipahayag ang kapangyarihan ng Diyos matapos na matanggap at napalakas ng Banal na Espiritu; Kanyang pinagaling ang pilay na pulubi (gawa 3:8), at ang mga tao maging ang mga maysakit ay dinadala sa lansangan at inilalagay ang mga ito sa mga higaan at mga banig upang kahit ang anino ni Pedro ay dumaan sa ilan sa kanila habang siya ay dumadaan. (Gawa 5:15).

Yamang ang kapangyarihan ay isang komprobante na nagpapatunay sa presensiya ng Diyos sa isang tao na makapagpapahayag sa kapangyarihan at ang pinakasiguradong paraan upang magtanim ng binhi ng pananampalataya sa mga puso ng di-mananampalataya, ang Diyos ay nagbigay ng kapangyarihan sa mga taong itinuturing na karapat-dapat.

Pinagaling ni Jesus ang isang taong ipinanganak na Bulag

Ang kasaysayan ng Juan 9 habang si Jesus ay nadaanan ang isang taong ipinanganak na bulag sa kanyang daraanan. Ang mga alagad ni Jesus ay nais na malaman kung bakit ang taong bulag ay hindi makakita mula sa pagkasilang. "Guro, sino ang nagkasala, ang taong ito o ang kanyang mga magulang, kaya siya ay ipinanganak na bulag?" (v.2). sa pagsagot, ipinaliwanag ni Jesus sa kanila na ang lalaki ay ipinanganak na bulag upang ang gawa ng Diyos ay maipahayag sa kanyang buhay (v.3). Pagkatapos siya dumura sa lupa, gumawa ng putik sa pamamagitan ng laway, inilagay ito sa mga mata ng lalaki, at inutusan ang lalaking ipinanganak na bulag, "Humayo ka at maghugas sa lawa ng Silaom." (v.6-7). Nang ang lalaki ay sumunod kaagad at naghugas sa lawa ng Siloam, ang kanyang mata ay nabuksan.

Bagaman mayroong marami pang iba pang tao ang napagaling ni Jesus sa Bibliya, isang pagkakaiba ang nakatakda sa lalaking ipinanganak na bulag na hiwalay mula sa lahat. Ang lalaki ay hindi nagmakaawa kay Jesus upang pagalingin siya; sa halip, si Jesus ay lumapit sa lalaki at ganap na pinagaling siya.

Una, ang lalaki ay masunurin
Sa isang karaniwang tao wala sa anomang ginawa ni Jesus ang dumura sa lupa, gumawa ng putik, inilagay ang putik sa mata ng lalaking bulag, at sinabi sa lalaki na pumaroon at maghugas sa

lawa ng Siloam – may anumang kahulugan. Karaniwang kamalayan ay hindi napahihintulutan ang gayong isang indibiduwal upang maniwala ang mga mata na isang taong ipinanganak na bulag ay maaaring mabuksan matapos na malagyan ng ilang putik sa kanyang mga mata at hugasan ang mga ito sa tubig. Bukod doon, kung ang taong ito ay nakarinig ng utos na ito na walang pagkaalam kung sino si Jesus, siya at ang nakararaming tao ay hindi lamang di-maniniwala kundi magiging hayag na magagalit din. Datapuwat, hindi gayon sa kaso ng lalaking ito. Habang si Jesus ay nag-utos, ang lalaki ay sumunod at hinugasan ang kanyang mga mata sa lawa ng Siloam. Kahuli-hulihan at nakamamangha, ang kanyang mga mata na nakasara buhat ng siya ay ipinanganak, ngayon ay nabuksan sa unang pagkakataon at ang lalaki ay nagsimulang makakita.

Kung inyong iniisip na ang salita ng Diyos ay hindi sumsang-ayon sa karaniwang kamalayan ng may karanasan ng isang tao, subukang sundin ang kanyang salita ng may mababang puso na tulad sa lalaking ito na ipinanganak na bulag. Kapagdaka, ang biyaya ng Diyos ay darating sa iyo at, gaya sa mata ng lalaking bulag na nabuksan, ikaw man ay magkakaroon ng nakamamanghang karanasan.

Ikalawa, ang likas na ispirituwal na mata ng lalaking bulag, na nakaaalam ng katotohanan mula sa kasinungalingan ay nabuksan.

Mula sa kanyang pakikipag usap sa mga Hudyo matapos na siya ay mapagaling, masasabi natin na habang ang mga mata ng lalaking bulag ay pisikal na sarado, sa kabutihan ng puso masasabi niya na napaghihiwalay ang tama at mali. Sa kasalungat, ang mga Hudyo ay bulag sa ispirituwal, nasasarahan sa maigting na hangganan ng kautusan. Nang ang mga Hudyo ay nagtanong para sa mga detalye ng pagpapagaling, ang lalaking bulag ay buong tapang na nagpahayag, "Ang taong tinatawag na Jesus ay gumawa ng putik, at pinahiran ang aking mga mata, at sinabi sa akin, pumunta ka sa Siloam at maghugas; kaya ako ay nagtungo at naghugas, at nakakita" (v.11).

Sa hindi pagkapaniwala, nang ang mga Hudyo ay sinuring muli ang lalaking bulag, "Ano ang masasabi mo tungkol sa kanya, yamang kanyang binuksan ang iyong mga mata?" ang lalaki ay tumugon, "Siya ay isang propeta" (v.17). Ang lalaki ay iniisip na kung si Jesus ay makapangyarihan sapat upang pagalingin ang pagkabulag, Siya ay isang lingkod ng Diyos. Kakatwa, ang mga Hudyo ay sinuway ang lalaki:"Magbigay ka ng kaluwalhatian sa Diyos. Nalalaman naming ang taong ito ay makasalanan" (v.24).

Gaano kawalang katuwiran ang kanilang pagsabi? Ang Diyos ay hindi sumasagot sa panalangin ng isang makasalanan. O maging siya ay magbibigay ng kapangyarihan sa isang makasalanan upang buksan ang mga mata ng lalaking bulag at tumanggap ng kaluwalhatian. Kahit na ang mga Hudyo ay makapaniwala o maunawaan ito, ang lalaking bulag ay nagpatuloy upang magpahayag ng matapang at makatotohanang kapahayagan: "Nalalaman natin na ang Diyos ay hindi pinakinggan ang mga makasalanan: datapuwat kung sinuman ang may takot sa

Diyos at ginagawa ang kanyang kalooban, kanyang pinakikinggan siya. Buhat sa pasimula ng panahon hindi pa napabalita na may sinumang nagbukas sa mga mata ng isang taong ipinanganak na bulag. Kung ang taong ito ay hindi nagmula sa Diyos, wala siyang magagawa." (v.31-33).

Kung paanong wala pang bulag ang mata na nabuksan mula sa panahon ng pagkalikha, sinuman ang nakarinig ng balita ng taong ito ay dapat na makigalak at makisaya sa kanya. Sa halip, sa mga Hudyo ay nabuo ang hangin ng paghatol, paghusga, at kaguluhan. Yamang ang mga Hudyo ay lubhang mangmang sa ispirituwal, kanilang iniisip na ang gawa ng Diyos mismo ay ang kilos ng pagsalungat sa kanya. Ang Bibliya ay nagsasabi sa atin, gayunman, na tanging ang Diyos lamang ang maaaring makapagbukas sa mata ng bulag.

Awit 146:8 ay nagpapaalala sa atin na, "Ang Panginoon ay nagbubukas sa mga mata ng bulag; Ang Panginoon ay itinataas ang mga taong ibinababa; Ang Panginoon ay iniibig ang matuwid," habang sa Isaias 29:18 ay nagsasabi sa atin, "Sa araw na yaon ang bingi ay maririnig ang mga salita ng isang aklat, at mula sa kanilang kapighatian at kadiliman ang mga mata ng bulag ay makakakita." Isaias 35:5 man ay nagsasabi sa atin, "Kapagdaka ang mga mata ng bulag ay mabubuksan at ang mga tainga ng bingi ay mabubuksan." Dito "sa araw na yaon" at "kapagdaka" ay tumutukoy sa panahon ng si Jesus ay dumating at binuksan ang mga mata ng bulag.

Sa kabila ng mga talata at mga paalala, ang kanilang maigting na hangganan at kasamaan, ang mga Hudyo ay hindi makapaniwala sa gawa ng Diyos na nahayag sa pamamagitan ni Jesus, at sa halip nag-akusa na si Jesus ay isang makasalanan na sumuway sa salita ng Diyos. Kahit na ang lalaking naging bulag ay hindu nagtataglay ng malaking kaalaman sa kautusan, sa kanyang mabuting konsensiya kanyang nalalaman ang katotohanan; na ang Diyos ay hindi nakikinig sa mga makasalanan. Ang lalaki ay nalalaman din na ang pagpapagaling sa bulag na mga mata ay mangyayari lamang sa pamamagitan ng Diyos.

Ikatlo, matapos tanggapin ang biyaya ng Diyos, ang lalaking naging bulag ay lumapit sa Panginoon at nagpasya na mamuhay ng ganap sa bagong buhay.

Sa panahon ngayon, nasaksihan ko ang di-mabilang na mga pangyayari kung saan ang mga tao na nasa bingit ng kamatayan ay nakatanggap ng kalakasan at mga kasagutan sa lahat ng uri ng mga suliranin sa buhay sa Manmin Central Church. Ako ay nanlumo, gayunman, para sa mga tao na puso ay nagbago maging matapos na sila ay makatanggap ng biyaya ng Diyos at ang iba'y tinalikdan ang kanilang pananampalataya at bumalik sa

*"Inay, nakakasilaw...
Sa unang pagkakataon, ako'y
nakakakita ng liwanag
hindi ko inakala na ito'y maaaring
mangyari
sa akin..."*

Jennifer Rodriguez ng Pilipinas, na naging bulag buhat ng ipinanganak, nakakita sa unang pagkakataon sa loob ng walong taon.

daan ng sanlibutan. Kapag ang kanilang buhay ay nasa sakit at kahirapan, ang gayong mga tao ay lumapit sa panalangin ng may pagluha, "Ako'y mabubuhay na lamang para sa Panginoon kapag ako'y gumaling. "Kapag sila ay nakatanggap ng kagalingan at mga pagpapala, sa paghabol sa kanilang sariling kapakinabangan ang ganitong mga tao ay tinatalikdan ang biyaya at lumalayo mula sa katotohanan. Kahit kung kanilang malutas ang kanilang pisikal na suliranin, ito'y walang kabuluhan sapagkat ang kanilang mga ispiritu ay humiwalay mula sa daan ng kaligtasan at patungo sila sa daan ng impiyerno.

Ang lalaking ito na naipanganak na buhay ay may mabuting puso na hindi tatalikdan ang biyaya. Iyan ay kung bakit nang kanyang makatagpo si Jesus, hindi lamang siya napagaling sa kanyang pagkabulag bagkus ay nakasisiguro ng pagpapala ng kaligtasan. Nang tanungin siya ni

Jesus, "Naniniwala ka ba sa Anak ng Tao?" Ang lalaki ay tumugon, "Sino Siya, Panginoon, upang ako ay maniwala sa kanya." (v.35-36). Nang si Jesus ay sumagot, "Nakita mo na siya at Siya ang siyang nagsasalita sa iyo," ang lalaki ay nagpahayag, Panginoon, sumasampalataya ako." (v.37-38).

Ang lalaki ay hindi lamang payak na "sumasampalataya,"kanyang tinanggap si Jesus bilang Cristo. Ito ang matatag na kapahayagan ng lalaki na kung saan kanyang napagpasyahan na sumunod tangi lamang sa Panginoon at mabuhay lamang para sa Panginoon.

Nais ng Diyos na lahat tayo ay lumapit sa kanya nang may

"Ang aking puso ay inihatid ako sa lagay na yaon...

Ako'y naghangad lamang sa biyaya...

Ang Diyos ay binigyan ako ng malaking kaloob, na nakapagbigay sa akin ng kasiyahan kaysa sa pagkakita ay ang katotohanan na aking nakatagpo ang buhay na Diyos!"

Maria ng Honduras
na nawalan ng paningin sa kanyang
kanang mata nang siya ay dalawang taong
gulang, nakakita matapos na makatanggap
ng panalangin mula kay Dr. Jaerock Lee

ganitong uri ng puso. Nais niya na hanapin siya hindi lamang dahil pinagaling Niya ang ating mga karamdaman at pinagpapala tayo. Ninanais niya sa atin na maunawaan ang kanyang tunay na pag-ibig na walang pag-iimbot na ibinigay ang kanyang bugtong na Anak para sa atin at tanggapin si Jesus bilang ating Tagapagligtas. Higit pa doon, ibigin natin siya hindi lamang sa ating mga labi kundi maging sa ating mga gawa sa salita ng Diyos. Kanyang sinasabi sa atin sa 1 Juan 5:3, "Sapagkat ito ang pag-ibig ng Diyos, na ating sinusunod ang kanyang mga utos; at ang mga utos ay hindi kabigatan." Kung tunay nating iniibig ang Diyos, dapat nating iwaksi ang lahat ng bagay na masama na nasa atin at lumakad sa liwanag araw-araw.

Kapag tayo ay humingi sa Diyos para sa anumang bagay na may ganitong uri ng pananampalataya at pag-ibig, paano niya hindi sasagutin tayo? Sa Mateo 7:11, gaya ng ipinangako sa atin ni Jesus, "kung kayo man, na masama, nalalaman kung paano magbigay ng mabuting kaloob sa iyong mga anak, gaano pa kaya ang iyong Ama na nasa langit na ibigay kung anomang mabuti sa mga taong humihingi sa Kanya!" maniwala nang ang ating Amang Diyos ay sasagutin ang mga panalangin ng kanyang minamahal na mga anak.

Kaya nga, hindi kailangan na anumang uri ng karamdaman o suliranin ang mayroon ka na lumapit sa Diyos. Sa kapahayagan na, "Panginoon, sumasampalataya ako!" dumadaloy mula sa kaibuturan ng iyong puso, kapag iyong ipinakita ang gawa ng iyong pananampalataya, ang Panginoon na nagpagaling sa

"Ang mga doktor sinabi sa akin, na ako'y mabubulag pagkaraan ang mga bagay nagsimulang maglaho...

Salamat sa iyo, Panginoon, Sa pagbibigay sa akin ng liwanag...

Ako'y naghihintay sa iyo...

Rev. Ricardo Morales ng Honduras na halos maging bulag matapos ang isang aksidente subalit nakakita.

lalaking ipinanganak na bulag ay pagagalingin ang anumang uri ng karamdaman, gawin ang imposible sa posible, at lutasin ang lahat ng iyong suliranin sa buhay.

Ang gawa ng pagbukas sa mga Mata ng Bulag sa Manmin Central Church

Buhat sa pagkakatatag noong 1982, ang Manmin ay lubos na niluwalhati ang Diyos sa pamamagitan ng gawa ng pagbukas sa mga mata ng di mabilang na indibiduwal na naging bulag. Maraming tao ang naging bulag buhat ng isinilang ay nakatanggap ng paningin matapos ipanalangin. Ang paningin ng maraming iba na ang mga paningin ay humina at nanangan na lamang sa mga salamin sa mata o mga salamin sa inilalagay sa loob ng mata ay napanumbalik.

Kasama sa karamihan, maraming nakamamanghang patotoo, ang mga sumusunod ay ilang mga halimbawa.

Nang ako ay nagdaos ng isang Malaking Pinag-isang Crusada sa Honduras noong Hulyo 2002, mayroong isang labindalawang taong gulang na babae na nagngangalang Maria na nawala ang paningin sa kanyang kanang mata matapos ang malubhang lagnat sa gulang dalawa. Ang kanyang mga magulang ay gumawa ng iba't ibang pagtatangka na walang kabuluhan upang mapanumbalik ang kanyang paningin. Kahit ang pagpapalit ng kornea na tinanggap ni Maria ay walang nangyari. Sa mga sumunod na dekada matapos ang nabigong pagsasalin, si Maria ay hindi makakita maging ng liwanag sa kanyang kanang mata. Pagkatapos noong 2002, sa marubdob na hangarin para sa biyaya ng Diyos, si Maria ay dumalo sa crusada sa kung saan siya ay nakatanggap ng aking panalangin, nagsimulang makakita ng liwanag, at kapagdaka ay nanumbalik ang kanyang paningin. Ang mga ugat sa kanyang kanang mata na humina ng lubusan at namatay ay nabuo ng kapangyarihan ng Diyos. Gaano nakamamangha ito? Isang di- masukat na Bilang ng mga tao sa Honduras ay nagdiwang at nagpahayag, "Ang Diyos ay tunay na buhay at kumikilos maging sa ngayon!"

Si Pastor Ricardo Morales ay muntik nang maging bulag ngunit napagaling ng ganap ng matamis a tubig ng Muan. Pitong taon bago ang crusada sa Honduras, si Pastor Ricardo ay nakaranas ng sakuna sa trapiko kung saan ang kanyang retina ay kritikal na nasira at dumanas ng malubhang pagkabulag. Ang mga doktor ay sinabi kay Pastor Ricardo na siya ay unti-unting mawawalan ng kanyang paningin at ganap na magiging bulag. Datapuwat, siya ay napagaling sa unang araw ng 2002 pagpupulong para sa mga lider sa Iglesias a Honduras. Matapos na marinig ang Salita ng Diyos, sa pananampalataya na inilagak ni Pastor Ricardo sa matamis na tubig ng Muan sa kanyang mga mata at sa labis niyang pagkamangha, ang mga bagay ay naging malinaw sa isang sandali. Sa una, dahilan sa hindi niya inaasahan ang anumang bagay na tulad nito, si Pastor Ricardo ay hindi ito mapaniwalaan. Nang gabing yaon, nakasuot ng kanyang salamin, si Pastor Ricardo ay dumalo sa unang sesyon ng krusada.

Kapagdaka, sa isang iglap, ang mga salamin mula sa kanyang salamin sa mata ay lumabo at kanyang narinig ang tinig ng Banal na Espiritu: "Kung hindi mo tatanggalin ang mga salamin ngayon, ikaw ay mabubulag." Si Pastor Ricardo ay kaagad na tinanggal ang kanyang mga salamin at naunawaan na maaari niyang Makita ang lahat ng bagay ng may kalinawan. Ang kanyang paningin ay napanumbalik, at si Pastor Ricardo ay lubos na niluwalhati ang Diyos.

Sa Nairobi Manmin Church sa Kenya, isang kabataang lalaki na nagngangalang Kombo ay minsang bumisita sa kanyang sariling bayan, na may 400 kilometro (mga 250 milya) mula sa simbahan. Sa panahon ng kanyang pagdalaw kanyang ipinangalat ang ebanghelyo sa kanyang pamilya at sinabi sa kanila ang nakamamanghang gawa ng kapangyarihan ng Diyos na nangyayari sa Manmin Central Church sa Seoul. Ipinanalangin niya sila ng panyo na aking ipinalangin. Ipinakita din ni Kombo sa kanyang pamilya ang isang kalendaryo na itinatak ng simbahan.

Pagkatapos na mapakinggan ang kanyang apo na nangaral ng ebanghelyo, ang lola ni Kombo na naging bulag, naisip sa kanyang sarili na may marubdob na hangarin, "Gusto ko ring Makita ang isang larawan ni Dr. Jaerock Lee." Habang hawak niya ang kalendaryo ng kanyang dalawang kamay. Anomang sumunod ay tunay na mahimala. Habang ang lola ni Kombo ay inilaladlad ang kalendaryo, ang kanyang mga mata ay nabuksan at nagawa niyang makita ang larawan. Halleluyah! Ang pamilya ni Kombo ang unang nakaranas ng kilos ng kapangyarihan na nagbukas sa mga mata ng bulag at nagsimulang sumampalatya sa buhay na Diyos. Bukod doon, nang mapabalita ang pangyayaring ito ay kumalat sa buong nayon, ang mga tao ay humiling na isang sangay ng simbahan ang maitatag sa kanilang nayon din.

Sa di-mabilang na kilos ng kapangyarihan sa buong mundo, mayroon ngayong libo-libong sangay ng Simbahan ng Manmin sa buong mundo, at ang ebanghelyo ng kabanalan ay naipangaral hanggang sa dulo ng daigdig. Kapag iyong kinilala at sumampalataya sa kilos ng kapangyarihan ng Diyos ikaw man ay magiging tagapagmana ng kanyang pagpapala.

Gayundin sa kaso sa kapanahunan ni Jesus, sa halip na magalak at luwalhatiin ang Diyos ng sama-sama, maraming tao sa kapanahunan ngayon ang humahatol, humuhusga, at nagsasalita laban sa gawa ng Banal na Espiritu. Dapat nating maunawaan ang ito ay nakakatakot na kasalanan, tulad ng may katiyakang sinasabi ni Jesus sa Mateo 12:31-32; "Kaya nga, sinasabi ko sa inyo, anumang kasalanan at kalapastanganan ay papatawarin sa mga tao, subalit ang paglapastangan laban sa Banal na Espiritu ay hindi mapapatawad. Ang sinomang magsalita laban sa Anak ng Tao, ito'y mapapatawad sa kanya; subalit ang sinomang magsalita laban sa banal na Espiritu, ito'y hindi mapapatawad sa kanya, maging sa panahong ito o sa panahon na darating."

Upang hindi masalungat ang gawa ng Banal na Espiritu kundi sa halip ay maranasan ang nakamamanghang gawa ng kapangyarihan ng Diyos, dapat nating kilalanin at maghangad para sa kanyang gawa, tulad sa lalaking bulag sa Juan 9. Ayon sa kung gaano naihanda ng mga tao ang kanilang mga sarili bilang mga sisidlan upang makatanggap ng kasagutan sa pamamagitan ng pananampalataya, ang ilan ay makakaranas ng gawa ng kapangyarihan ng Diyos habang ang ilan ay hindi.

Tulad sa Awit 18:25-26 sinasabi sa atin, "Sa mabait iyong ipinakikita na ikaw ay mabait, sa walang kapintasan iyong ipinakikita na ikaw ay walang kapintasan; sa dalisay iyong ipinakikita na ikaw ay dalisay; at sa inyo, sa pananampalataya sa Diyos na naggagantimpala sa atin ayon sa anomang iyong nagawa at naipakita ang iyong gawa ng pananampalataya, maging isang tagapagmana sa kanyang mga pagpapala, sa pangalan ng ating Panginoong JesuCristo idinadalangin ko!

Mensahe 7
Ang mga Tao ay Titindig, Lulukso at Lalakad

Marcos 2:3-12

At sila ay dumating, dinala sa kanya ang isang paralitiko na bitbit ang apat na lalaki. Dahil hindi magagawang makalapit sa kanya sanhi ng makapal na tao, kanilang inalis ang bubong sa itaas niya; At nang sila ay makapagbutas ng isang pasukan, kanilang inihugos ang higaan na siyang kinalalagyan ng paralitiko na nakahiga. At si Jesus matapos na makita ang kanilang pananamplataya sinabi sa paralitiko, "Anak ang iyong kasalanan ay pinatawad," Subalit ilan sa mga eskriba na nakaupo doon at nagtatanong sa kanilang mga puso, "Bakit ang taong ito ay nagsasalita ng gayon? Siya ay lumalapstangan; sinong ang maaring magpatawad ng mga kasalanan kundi ang Diyos lamang?" Kapagdaka si Jesus ay nalalaman sa kayang ispiritu sa gayong paraan, sinabi sa kanila, "Bakit kayo nagtatanong tungkol sa mga bagay na ito sa iyong mga puso? Alin ang mas madali, ang sabihin sa paralitiko, "Ang iyong kasalanan ay pinatawad," o ang sabihing "tumindig ka at dalhin ang iyong higaan at lumakad?" Datapuwa't upang malaman ninyo na ang Anak ng Tao ay may karapatan sa lupa na magpatawad ng mga kasalanan, sinabi niya sa paralitiko "Sinasabi ko sa iyo tumindig ka, at pulutin mo ang iyong higaan at umuwi ka na." At siya ay tumindig at kaagad na pinulot ang kanyang higaan at lumisan sa paningin ng lahat, kaya silang lahat ay namangha at lumuwalhati sa Diyos, nagsasabing, "Hindi kami nakakita ng gayong bagay na tulad nito"

Ang Bibliya ay nagsasabi sa atin na sa kapanahunan ni Jesus. Maraming tao ang naging paralitiko o pilay ang tumanggap ng kumpletong kagalingan at labis na nagpuri sa Diyos. Tulad ng ipinangako ng Diyos sa atin sa Isaias 35:6, "Pagkatapos ang pilay ay lulukso ng tulad sa usa, At ang dila ng pipi ay sisigaw sa kagalakan." at muli sa Isaias 49:8, "Sa kaaya-ayang panahon sinagot kita. At sa araw ng kaligtasan, tinulungan kita; at Aking iningatan ka at ibibigay kita para sa isang tipanan sa mga tao. Upang mapanumbalik ang lupain, upang manahin nila ang napabayaang mana." Ang Diyos ay hindi lamang sumasagot sa atin kundi maging inihahatid tayo sa kaligtasan.

Ito ay nasaksihan ng walang humpay sa ngayon sa Manmin Central Church, kung saan sa pamamagitan ng gawa ng nakamamanghang kapangyarihan ng Diyos di-mabilang na pasyente ay nagsimulang lumakad, tumitindig mula sa mga silyang de-gulong at itinapon ang kanilang mga saklay.

Sa kung anong uri ng pananampalataya ang naipamalas ng paralitiko sa Marcos 2 na lumapit kay Jesus at tumanggap ng kaligtasan at mga pagpapala ng kasagutan/ idinadalangin ko na kayong di-magawang makalakad sa kasalukuyan dahilan sa ilang karamdaman, tumindig, lumakad at tumakbong muli.

Ang paralitiko ay Narinig ang Balita tungkol kay Jesus

Sa Marcos 2 ay isang detalyadong pangyayari ng isang

paralitiko na nakatanggap ng kagalingan mula kay Jesus nang siya ay bumisita sa Capernaum. Sa nayon na yaon ay may nakatirang napakahirap na paralitiko sa hindi magawang umupo sa ganang sarili niya na walang tulong mula sa iba, at nabubuhay lamang sapagkat hindi siya mamatay. Datapuwat, kanyang narinig ang balita tungkol kay Hesus na nagbukas sa mga mata ng bulag, pinatindig ang mga pilay, nagpalayas ng masasamang ispiritu, at nagpagaling ng mga taong may iba't ibang uri ng karamdaman. Sapagkat ang lalaki ay may mabuting puso, nang kanyang marinig ang balita tungkol kay Jesus, naalala niya ang mga ito at dumating ang marubdob na paghahangad na makatagpo si Jesus.

Isang araw, ang paralitiko ay narinig na si Jesus ay dumating sa Cepernaum! Gaano ang kasabikan at ang kagalakan na kanyang nadama sa pag-asam na makatagpo si Jesus? Ang paralitiko, gayunman, ay hindi magawang kumilos sa kanyang sarili, at sa gayon hiningi ang tulong ng mga kaibigan na makapagdadala sa kanya kay Jesus. Sa kabutihang palad, sapagkat ang kanyang mga kaibigan ay nababatid ang tungkol kay Jesus, sila'y nagkasundo na tulungan ang kanilang kaibiganJ

Ang Paralitiko at ang kanyang mga Kaibigan ay lumapit kay Jesus

Ang paralitiko at ang kanyang mga kaibigan ay dumating sa bahay na kung saan si Jesus ay nangangaral, subalit dahilan doo'y nagkakatipon ang maraming tao, hindi sila makasumpong ng anumang lugar na malapit sa pintuan, gaano pa sa loob ng bahay. Ang pagkakataon ay hindi pinahintulutan ang paralitiko at ang kanyang mga kaibigan na makalapit kay Jesus. Sila marahil ay nakiusap sa mga tao, "Pakiusap, tumabi kayo! May pasiyente na may kritikal na karamdamang!" magkagayunman, ang bahay at ang lugar ay puno ng mga tao. Kung ang paralitiko at ang kanyang mga kaibigan ay kulang sa pananampalataya, sila marahil ay bumalik na sa bahay ng hindi nakatagpo si Jesus.

Gayunman, sila'y hindi sumuko kundi sa halip ipinakita ang kanilang pananampalataya. Matapos na mag-isip kung paano nila makakatagpo si Jesus, habang ang huling paraan ng mga kaibigan ng paralitiko ay nagsimulang gumawa ng butas sa bubong sa ulunan ni Jesus at ihugos sa pamamagitan nito. Kahit na kung sila ay hihingi ng paunmanhin sa may-ari ng bahay at bayaran siya para sa nasira paglaon, ang paralitiko at ang kanyang mga kaibigan ay ganoon kasidhi na makatagpo si Jesus at makatanggap ng kagalingan.

Ang pananampalataya ay nilakipan ng gawa, at ang mga gawa ng pananampalataya ay maaaring maipamalas lamang kapag iyong ibinaba ang iyong sarili ng may mababang puso. Naisip mo na ba o nasabi sa iyong sarili, "Bagaman gusto ko, ang aking pisikal na kalagayan ay hindi ako pinahihintulutan na pumaroon sa simbahan"? Kung ang paralitiko ay nagpahayag ng isang daang ulit, "Panginoon naniniwala ako na nalalaman mo na hindi ako makapunta upang makatagpo ka sapagkat ako ay paralitiko. Ako ay naniniwala din na iyong pagagalingin ako kahit na ako ay nakahiga sa aking higaan," Siya ay hindi magsasabing nagpamalas ng kanyang pananampalataya.

Kahit na gaano pa ang halaga na magugol niya, ang paralitiko ay nagtungo kay Hesus upang makatanggap ng kagalingan. Ang paralitiko ay sumasampalataya at napahinuhod na siya ay mapapagaling kapag kanyang nakatagpo si Hesus, at kanyang hiniling sa kanyang mga kaibigan na dalhin siya kay Hesus. Bukod doon, yamang ang kanyang mga kaibigan ay mayroon ding pananampalataya, magagawa nilang paglingkuran ang paralitikong kaibigan kahit na gumawa pa ng isang butas at ihugos sa pamamagitan ng isang banyagang bubong.

Kung ikaw ay isang tunay na naniniwala na ikaw ay mapapagaling sa harap ng Diyos, ang pagtungo sa kanya ay isang katibayan ng iyong pananampalataya. Iyan ay kung bakit pagkatapos na sila ay magbutas sa pamamagitan ng bubong, ang mga kaibigan ng paralitiko at ipinakita siya kay Hesus. Sa mga panahong yaon, ang mga bubong sa Israel ay lapad at mayroong hagdan sa tabi ng bawat bahay na nagbibigay sa mga tao ng madaling daanan patungo sa bubong. Higit pa doon, ang mga tisa ng bubong ay madaling alisin. Ang mga ganitong akomodasyon ay pinahihintulutan ang paralitiko na pumunta kay Hesus na mas malapit kaysa kaninoman.

Maaari tayong makatanggap ng mga kasagutan pagkatapos nating malutas ang Suliranin ng Kasalanan.

Sa Marcos 2:5, ating matatagpuan na si Jesus ay hayag na nalugod sa mga gawa ng pananampalataya ng paralitiko. Bago niya pinagaling ang paralitikong lalaki, bakit sinabi ni Jesus sa kanya, "Anak, ang iyong mga kasalanan ay pinatawad na"? Ito'y sa dahilang ang kapatawaran ng mga kasalanan ay dapat na mauna sa kagalingan.

Sa Exodus 15:26, ang Diyos ay sinasabi sa atin, "Kung kayo'y magbibigay ng marubdob na pagsunod sa tinig ng Panginoon ninyong Diyos at gawin ang anumang tama sa kanyang paningin at makinig sa kanyang mga utos, at sundin ang lahat ng kanyang mga alituntunin, hindi ko ipapataw sa inyo ang mga karamdaman na aking ipinadala sa mga taga-Ehipto; Sapagkat Ako, ang Panginoon, ang inyong manggagamot. "Dito" ang mga karamdaman na aking ipinadala sa mga taga-Ehipto ay tumutukoy sa lahat ng karamdaman na kilala ng mga tao. Sa gayon, kapag ating sinunod ang kanyang mga utos at namuhay sa kanyang mga salita, ang Diyos ay pangangalagaan tayo upang walang karamdaman ang maaaring dumating sa atin. Higit pa doon, sa Deutronomio 28 ang Diyos ay nangako sa atin na habang sumusunod at namumuhay sa kanyang salita, walang karamdaman ang maaaring makapasok sa ating katawan. Sa Juan 5, matapos ang pagpapagaling sa isang lalaki na may karamdaman sa loob ng tatlumpu't –walong taon, sinabi ni Jesus sa kanya, "Huwag ka nang magkasala pang muli, upang walang mas masama pa ang mangyari sa iyo." (v.14).

Sapagkat ang lahat ng karamdaman ay nagmumula sa kasalanan, bago Niya pinagaling ang paralitiko binigyan muna siya ni Jesus ng kapatawaran. Upang makatanggap ng kagalingan, tayo'y dapat munang magsisi sa ating mga kasalanan at tumalikod mula sa mga ito. Kung ikaw ay makasalanan, dapat kang maging isang tao na hindi na nagkakasala; kung ikaw ay isang sinungaling, dapat kang maging isang tao na hindi na nagsisinungaling; at kung kinamumuhian mo ang iba, hindi ka na dapat namumuhi. Tangi lamang sa mga tao na sumusunod sa salita ang Diyos ay nagbibigay ng kapatawaran. Higit pa doon, ang pagpapahayag ng "sumasampalataya ako" ay hindi magagawad sa iyo ng kapatawaran; kapag tayo ay lumapit sa liwanag, ang dugo ng ating Panginoon ay likas na maglilinis sa atin sa lahat ng ating mga kasalanan. (Juan 1:17).

Ang Paralitiko ay lumakad sa pamamagitan ng Kapangyarihan ng Diyos

Sa Marcos ating matatagpuan na matapos matanggap ang kapatawaran, ang lalaking paralitiko ay nagbangon, kinuha ang kanyang higaan at lumakad na nakikita ng lahat ng tao doon. Nang siya ay lumapit kay Jesus, siya ay nakaratay sa banig. Ang lalaki ay napagaling, gayunman, sa sandaling sinabi sa kanyan ni Jesus, "Anak, ang iyong kasalanan ay pinatatawad" (v.5). Sa halip na magalak sa pagpapagaling, gayunman, ang mga tagapagturo ng kautusan ay abala sa pagtatalo. Nang sabihin ni Jesus sa lalaki, "Anak, ang iyong mga kasalanan ay pinatatawad, kanilang nasabi sa kanilang mga sarili, "Bakit ang taong ito ay nagsasalita ng gayon? Siya ay lumalapastangan; Sino ang makapagpapatawad ng mga kasalanan kundi Diyos lamang?" (v.7).

Kapagdaka sinabi ni Jesus sa kanila. "Bakit kayo nagtatalo-talo tungkol sa mga bagay na ito sa inyong mga puso? Alin ang mas madaling sabihin sa paralitiko, "Ang iyong mga kasalanan ay pinatatawad, o sabihing, Magbangon ka at dalhin mo ang iyong higaan at lumakad ka? Datapuwa upang malaman ninyo na ang Anak ng Tao ay makapangyarihan sa lupa upang mapatawad ng mga kasalanan" (v.8-10). Matapos na paliwanagan sila sa pangangalaga ng Diyos, ng sabihin ni Jesus sa paralitiko, "Sinasabi ko sa iyo, magbago ka, dalhin mo ang iyong higaan at umuwi ka na," (v.11) ang lalaki ay kaagad na nagbangon at lumakad. Sa ibang salita, para sa lalaking paralitiko upang tumanggap ng kagalingan ay nagpapakita na siya ay nakatanggap ng kapatawaran, at ang Diyos ay pinatitibayan ang lahat ng salita na sinabi ni Jesus. Ito rin ay katibayan na ang makapangyarihang Diyos ay nagpapatibay na si Jesus bilang tagapagligtas ng sangkatauhan.

Pangyayari ng Pagbangon, Paglukso at Paglalakad

Sa Juan 14:11 sinasabi sa atin ni Jesus, "Maniwala kayo na Ako ay nasa Ama at ang Ama ay nasa Akin; kung hindi man, maniwala kayo dahilan sa mga gawa na ito." Kaya nga, tayo ay dapat na sumasampalataya na ang Amang Diyos at Jesus ay iisa at pareho sa pagkasaksi na ang paralitiko na lumapit kay Jesus sa pananampalataya ay napatawad, nagbangon, lumukso at lumakad sa utos ni Jesus.

Sa sumusunod na Juan 14:12, sinasabi rin ni Jesus sa atin, "Katotohanan, katotohanang sinasabi ko sa inyo, siya na sumasampalataya sa akin, ang mga gawang nagawa ko, ay magagawa niya rin; at mas higit pang gawain kaysa dito ang kanyang magagawa; sapagkat ako ay pupunta sa Ama." Tulad ng pagsasampalataya ko sa salita ng Diyos, ako ay nag-ayuno at nanalangin ng maraming araw upang makatanggap ng kanyang kapangyarihan. Magkagayundin, ang mga patotoo ng mga kagalingan ng mga karamdaman nang modernong siyensiya ng medisina na hindi mapanghawakan ay nag-uumapaw sa Manmin buhat ng ito ay naitatag.

Sa bawat panahon na ang iglesiya sa kabuuan ay lumampas sa mga pagsubok, ang bilis na kung saan ang mga pasyente ay nakakatanggap ng kagalingan ay napadali habang mas kritikal pang mga karamdaman ay napagaling. Sa pamamagitan ng taunang Dalawang-linggong Natatanging Pagpapasiglang-Muli na Pagpupulong ay ginagawa mula 1993 hanggang 2004 at pandaigdigang Dakilang Nagkakaisang Krusada, isang napakalaking bilang ng mga tao sa buong mundo ang nakaranas ng nakamamanghang kapangyarihan ng Diyos.

Kabilang sa di-mabilang na mga pangyayari kung saan ang mga tao ay nagbangon, lumukso, at lumakad, narito ang ilang mga halimbawa.

Tumindig Pagkatapos ang Anim na Taon sa Silyang de-gulong

Ang unang patotoo ay kay diyakonong Yoonsupkim. Noong Mayo 1990, siya nahulog mula sa taas ng mga limang palapag na gusali habang gumagawa ng gawaing pang-elektrisidad sa Teodok Science Town sa Timog Korea. Ito ay nanganap bago si Kim ay naging mananampalataya.

Agad-agad matapos na mahulog, siya ay dinala sa Sun Hospital sa probinsiya ng Yoosung, Choongham, kung saan siya ay walang malay sa loob ng anim na taon. Pagkatapos na magising mula sa pagkawala ng malay, gayunman, ang sakit ng presyon na magising mula sa kawalan ng malay, gayunman, ang sakit ng presyon at pagksira sa ika-11 at ika-12 bahagi ng tinadyangan ng gulugod at pagkaluslos sa ika-4 at ika-5 bahagi ng lumba ng gulugod ay hindi makayanang sakit. Ang mga doktor sa hospital ay sinabihan si Kim na ang kalagayan ay kritikal. Siya ay tinanggap sa ibang hospital ng ilang ulit. Magkagayunman, walang anumang pagbabago o pag-unlad ng kanyang pagkaimbalido. Mula sa kanyang baywang, si Kim ay kinakailangan magsuot ng suhay para sa kanyang gulugod sa lahat ng oras. Higit pa doon, yamang hindi niya magawang humiga kinakailangan niyang matulog ng nakaupo.

Sa panahon ng kahirapang ito, si Kim ay nabahaginan ng ebanghelyo at nagpunta sa Manmin, kung saan siya ay nagsimula ng isang buhay kay Cristo. Nang siya ay dumalo sa Natatanging

"Ang aking tumigas na
mga binti at baywang...
Aking tumitigas na puso...

hindi ako makahinga, hindi
ako makalakad
Kanino ako magtitiwala?
Sino ang tatanggap sa
akin?

Paano ako mabubuhay?

Diyakono Yoonsup Kim
sa kanyang suhay sa likod at upuang de gulong.

"Halleluyah!"
Ang Diyos ay buhay!
Nakikita n'yo ba akong lumalakad?

Diyakono Kim nagagalak kasama ang ibang kasapi ng Manmin matapos na makatanggap ng kagalingan sa pamamagitan panalangin ni Dr. Jaerock Lee.

Pulong para sa Banal na Kagalingan noong Nobyembre 1998, si Kim ay nagkaroon ng di-kapani-paniwalang karahasan. Bago ang pagpupulong, hindi niya magawang humiga sa kanyang likuran o gumamit ng palikuran ng kanyang sarili. Pagkatapos makatanggap ng aking panalangin, siya ay nakakatayo mula sa kanyang silayang de-gulong at lumalakad sa mga saklay.

Upang makatanggap ng kumpletong kagalingan, ang Diyakonong si Kim ay buong katapatang dumalo sa lahat ng pagsambang gawain at mga pagpupulong at hindi tumigil sa panalangin. Sa karagdagan, sa marubdob na pagnanasa at paghahanda para sa ika-7 Dalawang linggong Natatanging Pagpapasiglang-Muli na Pulong noong Mayo 1999, siya ay nag-ayuno sa loob ng dalawampu't isang araw. Kapag ako ay nananalangin para sa may sakit mula sa pulpito sa unang sesyon ng Pulong, si Diyakonong Kim ay nakadama ng isang malakas na silay ng liwanag na nagniningning sa kanya at nakakita ng isang pangitain na kung saan siya ay tumatakbo. Sa ikalawang linggo ng Pulong, nang aking ipatong ang aking mga kamay at nanalangin para sa kanya, kanyang naramdaman na ang kanyang katawan ay mas magaang. Kanyang nagawang itapon ang kanyang suhay na sumusuporta sa gulugod at mga saklay, lumakad ng walang anumang hirap, at malayang naigagalaw ang kanyang baywang.

Sa kapangyarihan ng Diyos, si Diyakonong Kim ay lumakad bilang isang karaniwang tao. Kanyang nagagawang sumakay sa kanyang bisikleta at masikap na naglilingkod sa simbahan. Higit pa doon, hindi pa nagtatagal si Diyakonong Kim ay nagpakasal at ngayon ay namumuhay ng tunay na masayang buhay.

Tumindig mula sa Silyang de-gulong pagkatapos na Makatanggap ng Panyong Panalangin

Sa Manmin, nakagugulat na pangyayari na nakatala sa Bibliya at mga hindi pangkaraniwang mga himala ang nangyayari; Sa pamamagitan nila ang Diyos ay naluluwalhati ng higit pa. Kabilang sa gayong mga pangyayari at mga himala ay ang kapahayagan ng kapangyarihan ng Diyos sa pamamagitan ng mga panyo.

Sa Gawa 19:11-12, ating matatagpuan na "Ang Diyos ay gumagawa ng hindi pangkaraniwang mga himala sa pamamagitan ng mga kamay ni Pablo, kung kaya't kahit na ang mga panyo o balabal mula sa kanya ay ipinapatong sa may sakit, at ang mga karamdaman ay lumilisan sa kanila at ang mga kumukuha ng mga panyo na aking ipinanalangin o anumang bagay sa aking katawan sa may sakit, nakamamanghang gawa ng kagalingan ay naipahahayag. Bilang resulta maraming mga bansa at mga tao sa lahat ng bahagi ng mundo ay humiling sa amin na magsagawa ng mga krusada ng panyo sa kanilang sariling rehiyon. Bukod doon, di- mabilang na mga tao sa mga bansa sa Africa, Pakistan, Indonesia, ang Pilipinas, Honduras, Hapon, Tsina, Rusya, at marami pang iba ay nakararanas ng "hindi pangkaraniwang himala" din.

Noong Abril 2001, isang pastor ng Manmin ang nagsagawa ng krusada ng Panyo sa Indonesia, kung saan di-mabilang na mga tao ang nakatanggap ng kagalingan at nagbigay kaluwalhatian sa tao ang nakatanggap ng kagalingan at nagbigay kaluwalhatian sa buhay na

Diyos. Kabilang sa kanila ay isang dating gobernador ng estado, na nananangan na lamang sa silyang de-gulong. Nang siya ay napagaling sa pamamagitan ng panalangin sa Panyo, ito'y kaagad na naging isang malaking balita.

Noong Mayo 2003, isa pang pastor ng Manmin ang nagsagawa ng Krusada ng Panyo sa Tsina kung saan, kabilang sa maraming pangyayari ng pagpapagaling, isang lalaki na nananangan na lamang sa mga saklay sa loob ng tatlumpu't apat na taon ay nakalakad sa kanyang sarili.

Itinapon ni Ganesh ang kanyang mga saklay noong 2002 sa Pista ng Panalangin sa Himala ng Pagpapagaling sa India

Noong 2002 Pista ng Panalangin sa Himala ng Pagpapagaling sa India, na ginanap sa Marina Beach sa Chennai na nakararaming Hindu sa India, mahigit sa tatlong milyong tao ang nagtipon, nakasaksihan misno, ang nakamamanghang gawa ng kapangyarihan ng Diyos, at marami sa kanila ay nagbago sa Cristianismo. Una, bago sa krusadang ito, ang hakbang na kung saan ang mga tumigas na buto ay naging maluwag at ang patay na ugat ay nabuhay at umunlad ng paunti-unti. Pasimula sa Crusada

sa India, ang nagawa ng kagalingan ay sinubok ang ayos ng katawan ng tao.

Kabilang sa mga nakatanggap ng kagalingan ay ang labing-anim na taong gulang na batang lalaki na nagngangalang Ganesh. Siya ay nahulog mula sa kanyang bisikleta at napinsala ang kanyang kanang pigi. Kahirapan sa kalagayang pananalapi sa bahay ang pumigil sa kanya upang tumanggap ng Wastong pagpapagamot. Makalipas ang isang taon, isang tumor ang namuo sa kanyang buto at siya ay napilitang ipaalis ang kanyang kanang pigi, at idinikit ang tabla ng siyam na pako. Ang nakapagdurusang sakit mula sa idinikit na pako ay naging imposible para sa kanya upang lumakad paakyat at pababa sa hagdanan o lumakad ng walang mga saklay.

Nang kanyang marinig ang tungkol sa crusada, si Ganesh ay dumalo dito at nakaranas ng maapoy na kilos ng Banal na Ispiritu. Sa ikalawa ng apat na araw ng crusada, nang siya ay nakatanggap ng "Panalangin para sa may sakit" kanyang naramdaman sa kanyang katawan na nag-init, na tila ito ay inilagay sa isang palayok ng kumukulong tubig, at hindi na nakadama ng anumang sakit sa kanyang katawan. Siya kaagad na nagtungo sa entablado at nagbigay ng isang patotoo ng kanyang kagalingan. Mula noon, siya ay hindi na nakadama ng sakit sa alinmang bahagi ng kanyang katawan, hindi na gumagamit ng mga saklay, at naging malayang lumakad at tumakbo.

"Bagaman ako ay walang sapat na lakas na ikilos maging ang isang daliri na nalalaman ko na ako ay mapapagaling nang ako ay magtungo sa kanya. ang aking pag-asa ay hindi nawalan ng kabuluhan, at ang Diyos ay tinupad ito!"

Isang babaeng ipinanganak sa India ang tumindig mula sa kanyang upuang de gulong at lumakad matapos makatanggap ng panalangin mula kay Dr. Jaerock Lee

Isang Babae ang Tumindig mula sa kanyang Upuang de-gulong sa Dubai.

Noong Abril ng 2003, habang ako ay nasa Dubai, United Arab Emirates, isang babaing ipinanganak sa India ang tumindig mula sa kanyang upuang de-gulong nang kanyang natanggap ang aking panalangin. Siya ay isang intelehenteng babae na nag-aaral sa Estados Unidos. Dahilan sa personal na suliranin, siya ay nagdusa mula sa isang pagkagulat sa kaisipan, na siyang dinoble ang epekto ng isang eksidente sa trapiko at isang komplikasyon.

Nang aking unang nakita ang babaeng ito, siya ay hindi magawang makalakad, kapos ang lakas upang magsalita, at hindi magawang pulutin ang kanyang salamin sa mata na kanyang naihulog. Kanyang idinagdag na siya ay masyadong mahina upang magsulat o dumampot ng isang basong tubig. Nang ang iba ay bahagyang nahawakan siya, siya ay nasa nakapagdurusang sakit. Pagkatapos ng panalangin, gayunman, ang babae ay kaagad na tumindig mula sa kanyang upuang de-gulong. Maging ako ay namangha sa babaeng ito, na walang sapat na lakas upang magsalita hanggang ilang minuto ng mas maaga, habang kanyang tinitipon ngayon ang kanyang mga gamit at lumakad palabas sa silid.

Sa Jeremias 29:11 ay nagsasabi sa atin, "Sapagkat nalalaman ko ang plano na aking nais para sa iyo! Pahayag ng Panginoon, 'plano para sa pangangalaga at hindi para sa kalamidad upang bigyan ka ng kinabukasan at pag-asa. "Ang ating Amang Diyos ay minahal tayo ng labis na kanyang ibinigay ng walang pag-aalinlangan ang kanyang kaisa-isang Anak.

Kaya nga, kahit na kung ikaw ay namumuhay ng isang kahabag-habag na pamumuhay dahilan sa pisikal na imbalido, ikaw ay may pag-asa na mamuhay na Masaya at malusog na buhay sa pamamagitan ng pananampalataya sa Amang Diyos. Hindi niya nais na makita ang sinuman sa kanyang mga anak na nasa pagsubok at paghihirap. Bukod doon, kanyang ninanais na bigyan ang lahat sa mundo ng kapayapaan, kagalakan, kaligayahan, at isang kinabukasan.

Sa pamamagitan ng kasaysayan ng isang paralitiko sa Marcos 2, iyong napag-alaman ang mga paraan at sistema kung saan ikaw ay maaaring makatanggap ng mga kasagutan sa mga hinahangad ng iyong puso. Nawa ang bawat isa sa inyo ay maihanda ang isang sisidlan ng pananampalataya at matanggap ang anumang inyong hingiin, sa pangalan ng ating Panginoong JesuCristo aking idinadalangin!

Mensahe 8

Ang mga Tao ay Magagalak, Sasayaw at Aawit

Marcos 7:31-37

Muli siya ay nagtungo sa rehiyon ng Tiro at Dumaan sa Sidon hanggang sa dagat ng Galilea, sa palibot ng rehiyon ng Decapolis. Kanilang dinala sa kanya ang isang taong bingi at nagsasalita ng may kahirapan, at kanilang pinakiusapan Siya na ipatong ang kanyang kamay sa kanya. Dinala siya ni Jesus sa isang tabi mula sa mga tao, sa kanyang sarili lamang , at inilagay ang kanyang daliri sa kanyang tainga at matapos na dumura, kanyang pinahiran ang kanyang dila ng laway; at tumingala sa langit na may malalim na paghinga, kanyang sinabi sa kanya; "Efrata!" Ang ibig sabihin ay "Mabuksan ka!" At ang kanyang tainga ay nabuksan, at ang balakid na kanyang dila ay naalis, at siya ay nagsimulang magsalita ng malinaw. At kanyang inutusan sila na huwag sabihin kaninoman; datapuwat, habang lalo Niyang inuutusan sila ay mas higit na silang nagpapatuloy na ipahayag ito. sila ay labis na namamangha, sinasabing, "Siya ay gumagawa ng lahat ng bagay na mabuti; kanyang ginagawa maging ang bingi na makarinig at ang pipi na makapagsalita!

Ating matatagpuan ang sumunod sa Mateo 4:23-24:

Si Jesus ay nagtungo sa palibot ng Galilea, nagtuturo sa kanilang mga sinagoga at ipinapahayag ang ebanghelyo ng kaharian, at napapagaling ng lahat ng uri ng karamdaman at lahat ng uri ng sakit sa mga tao. Ang balita patungkol sa kanya ay kumalat sa buong Siria at kanilang dinala sa kanya ang lahat ng mga may sakit, may mga inaalihan ng demonyo, mga may epilepsy, paralitiko, at kanyang pinagaling ang mga ito.

Si Jesus ay hindi lamang ipinangaral ang salita ng Diyos at ang mabuting balita ng kaharian, kundi maging napagaling ng di-mabilang na mga tao na nagdurusa mula sa iba't ibang karamdaman. Sa pagpapagaling sa mga karamdaman na kung saan ang kapangyarihan ng mga tao ay walang kabuluhan, ang salita na ipinahayag ni Jesus ay naukit sa puso ng mga tao at kanyang pinangunahan sila sa langit sa pamamagitan ng kanilang pananampalataya.

Pinagaling ni Jesus ang isang Bingi at Piping Lalaki

Sa Marcos 7 ay isang kwento tungkol sa panahon ng si JesuCristo ay naglakabay mula Tiro hanggang sidon, pagkatapos mula doon hanggang sa Dagat ng Galilea at patungo sa rehiyon ng Decapdis (Sampung Lungsod), at pinagaling ang isang bingi at piping lalaki. Kung mayroong tao na "nahihirapang magsalita, "iyan ay nangangahulugan na siya ay utal at hindi magawang magsalita ng may kahusayan. Ang lalaki mula sa mga talatang ito marahil ay natutunang magsalita nang siya ay isang bata, subalit naging bingi paglaon, at "may kahirapang magsalita" sa ngayon.

At sa kasalukuyan, ang "isang pipi-bingi" ay isang tao na hindi natutunan ang lenggwahe at ang magsalita dahilan sa pagkabingi, habang ang "brady acusia" ay tumutukoy sa kahirapan sa pandinig. Mayroong ilang bilang ng paraan na kung saan ang isang tao ay nagiging bingi-pipi. Ang una sa mga ito ay namamana. Sa ikalawang kaso, ang isang tao ay nagiging bingi-pipi, kung ang ina ay magdusa mula sa rubella (dili kaya kilala bilang tigdas) o nakainom ng maling gamot habang nagbubuntis. Sa pangatlong kaso, kung ang bata ay may sakit na meningitis nang siya ay tatlo o apat na taong gulang, sa oras na ang bata ay matutong magsalita, ang isa ay maaaring maging isang bingi-pipi. Sa kaso ng brady acusia kung salamin ng tainga ay nasira, ang mga tulong upang makarinig ay maaaring mapagaang ang kahirapan. Kung mayroong suliranin sa tagapakinig na ugat mismo, walang tulong upang makarinig ang makakatulong. Para sa ibang kaso ng kung saan ang isang gawain sa napaingay na lugar o ang paghina ng pandinig ay nangyayari habang ang isang tao ay tumatanda, may sinasabing wala nang pangunahing kagalingan.

Sa karagdagan, ang isang tao ay maaaring maging bingi o pipi kung siya ay inaalihan ng demonyo. Sa gayong kaso, kapag ang isang indibiduwal na may ispirituwal na karapatan ay nagpalayas ng masamang ispiritu, ang tao ay makakarinig at makapagsasalita kaagad. Sa Marcos 9:25-27, nang sawayin ni Jesus ang masamang ispiritu sa isang batang lalaki na hindi magawang magsalita, "Ikaw na pipi at binging ispiritu, inuutusan kita, lumabas ka sa kanya at huwag na bumalik na muli sa kanya," (v.25) ang masamang ispiritu ay iniwan ang batang lalaki kapagdaka at ang bata ay naging maayos.

Sumampalataya na kapag ang Diyos ay kumilos, walang karamdaman at kahinaan ay magiging suliranin o banta sa iyo. Iyan ay kung bakit ating matatagpuan sa Jeremias 32:27, "Masdan n'yo, Ako si Yahweh, ang Diyos ng lahat ng tao; mayroon bang napakahirap para sa akin?" Sa Awit 100:3 ay namamanhik sa atin upang "Kilalanin na ang Panginoon mismo ay Diyos; Siya ang siyang lumikha sa atin, at hindi tayo; Tayo ay kanyang Bayan at ang tupa ng kanyang pastulan," habang sa Awit 94:9 nagpapaalala sa atin, "Siya na nagtanim ng tainga, hindi ba siya nakakarinig? Siya na gumawa ng mata, hindi ba niya nakikita?" Kapag tayo ay sumampalataya sa makapangyarihang Amang Diyos na gumawa sa ating mga tainga at mga mata mula sa kaibuturan ng ating puso, lahat ng bagay ay maaaring mangyari. Iyan ay kung bakit kay Jesus, na dumating sa lupa sa katawang tao, lahat ng bagay ay maaaring mangyari. Gaya ng ating matatagpuan sa Marcos 7, nang pinagaling ni Jesus ang bingi at piping lalaki, ang tainga ng lalaki ay nabuksan at ang kanyang mga salita ay naging ugnay-ugnay.

Kapag tayo ay hindi lamang sumasampalataya kay JesuCristo bagkus maging humiling para sa kapangyarihan ng Diyos na may sapat na gulang ng pananampalataya, ang katulad na gawa gaya ng nakatala sa Bibliya ay mangyayari maging ngayon. Dito, ang Hebreo 13:8 ay nagsasabi sa atin, "Si JesuCristo ay pareho kahapon at ngayon at magpakailanman," habang ang Efeso 4:13 ay nagpapaalala sa atin na tayo ay dapat na, "marating ang pagkakaisa ng pananampalataya, at ang kaalaman ng Anak ng Diyos, upang maging ganap na tao, hanggang ang sukat ng katauhan na nabibilang sa kapuspusan ni Cristo."

Magkagayunman, ang paghina ng bahagi ng katawan o pagkabingi at pagkapipi bilang isang resulta ng pagkamatay ng ugat selyula na hindi maaaring mapagaling ng kaloob ng pagpapagaling. Tanging kapag ang isang indibiduwal, na naabot ang ganap na sukat ng kaganapan ni JesuCristo, nakatanggap ng kapangyarihan at karapatan mula sa Diyos at nananalangin ayon sa kalooban ng Diyos, maaaring mangyari ang kagalingan.

Mga Pangyayari ng Pagpapagaling ng Diyos ng Pagkabingi sa Manmin

Aking nasaksihan ang maraming pangyayari na kung saan ang bradya cusiya ay napagaling, at di-mabilang na mga tao ang minsang hindi nagawang makarinig buhat ng ipinanganak at nakarinig sa unang pagkakataon. Mayroong dalawang tao na nagawang makarinig sa unang pagkakataon sa loob ng 55 at 57

Isang awit ng pasasalamat ng mga tao na pinagaling sa kanilang pagkabingi

"sa buhay na iyong ibinigay sa amin kami ay lalakad sa daigdig sa kasabikan sa iyo.

Ang aking kaluluwa na malinaw tulad sa Kristal ay umaawit sa iyo."

Diyakonesa Napshim park nagbibigay ng kapurihan sa Diyos matapos na mapagaling sa kanyang 55 taon ng pagkabingi.

taon.

Noong Setyembre 2000, nang ako ay nagdaos ng Pista ng Himala ng Pagpapagaling sa Nagoya, Japan, labingtatlong tao na nagdurusa mula sa kahirapan sa pandinig ang nakatanggap ng kagalingan pagkatapos na sila ay makatanggap ng aking panalangin. Ang balitang ito ay naibahagi sa maraming may kahirapan sa pandinig sa Korea, at marami sa kanila ang dumalo sa ika-siyam na Dalawang Linggong natatanging Pulong ng Pagpapasiglang muli noong Mayo 2001, nakatanggap ng kagalingan, at lubos na nagpupuri sa Diyos.

Kabilang sa kanila ay isang 33 taong gulang na babae, na naging bingi at pipi buhat sa isang sakuna nang siya ay walong taong gulang. Pagkatapos na maihatid sa aming simbahan ilang sandali bago ang Pulong 2001, kanyang inihanda ang kanyang sarili upang makatanggap ng panalangin. Ang babae ay dumalo sa pang araw-araw na "Panalangin ni Daniel na Pulong" at habang kanyang naaalala ang kanyang mga kasalanan sa nakaraan, kanyang ginahak ang kanyang puso. Pagkatapos na maihanda ang kanyang sarili para sa Pagpapasiglang Muli na Pulong na may marubdob na paghahangad, siya ay dumalo sa Pulong. Habang sa huling sesyon ng Pulong, nang aking ipatong sa bingi-pipi upang manalangin para sa kanila, siya'y walang nadamang kaagad na pagbabago. Magkagayunman, siya ay nakadama ng pagkabigo. Sa halip kanyang nakita ang mga patotoo ng mga taong nakatanggap ng kagalingan sa kagalakan at pagpapasalamat, at sumasampalataya ng may mas kasidhian na siya aman, ay maaaring mapagaling.

Kinilala ng Diyos ang kanyang pananampalataya at pinagaling ang babae ilang sandali matapos ang Pulong ay natapos. Aking nakita ang kilos ng Kapangyarihan ng Diyos maging sa pagtatapos ng Pulong. Higit pa doon, ang pagsusuri sa pandinig na kanyang isinagawa ay nagpapatunay na lamang ng kumpletong kagalingan sa kapwa tainga. Halleluya!

Pagkabingi mula ng isinilang ay Nakatanggap ng Kagalingan

Ang lakas ng kapahayagan ng kapangyarihan ng Diyos ay tumataas taun-taon. Sa krusada ng Himala ng kagalingan sa Honduras 2002, di mabilang na mga tao na naging bingi at pipi ang nakarinig at nakapagsalita. Nang ang anak na babae ng pinuno ng mga tauhan ng seguridad habang nagkukrusada ay pinagaling sa kanyang buong buhay na pagkabingi, siya naging lubhang masigla at lubos na nagpapasalamat.

Isa sa mga tainga ng isang walong taong gulang na si Madeline Yaimin Bartres ay hindi tumubo ng wasto at siya ay unti-unting nawalan ng pandinig. Matapos marinig ang tungkol sa Crusada, si Madeline ay nagmakaawa sa kanyang ama upang dalhin siya dito. Siya ay nakatanggap ng masaganang biyaya habang nagpupuri sa mga oras na yaon, at pagkatapos makatanggap ng aking panalangin para sa lahat ng may sakit, siya ay nagsimulang makarinig ng malinaw. Habang ang kanyang ama ay gumagawa ng may katapatan para sa Crusada, ang Diyos ay pinagpala ang kanyang anak sa ganitong paraan!

Noong 2002, Pista ng Panalangin para sa Himala ng Kagalingan sa India, Inalis ni Jennifer ang kanyang tulong sa pandinig.

Bagaman hindi naming magawang ilista ang lahat ng di-mabilang na mga patotoo ng kagalingan habang at pagkatapos ng Crusada sa India maging ang napiling ilan kamin ay napilitang magbigay ng pasasalamat at papuri sa Diyos. Kabilang sa gayong mga kaso ay ang kasaysayan ng isang babae na nagngangalang Jennifer, na naging bingi at pipi mula ng isinilang.

Isang doktor ang nagmungkahi na siya ay magsuot ng tulong sa pandinig na siyang makapagpapabuti ng kanyang pandinig kahit kaunti, datapuwat pinaalalahanan na ang kanyang pandinig ay hindi magiging ganap.

Habang ang ina ni Jennifer ay nananalangin araw-araw para sa kagalingan ng kanyang anak, sila'y dumalo sa Crusada. Ang mag-ina ay naupo sa malapit sa isa sa mga malaking espiker sapagkat ang kalapitan ng malakas na espiker ay hindi makakagambala kay Jennifer kung sabagay. Sa huling araw ng crusada, gayunman, dahilan sa mas maraming tao ang nagkatipon, hindi sila makatagpo ng upuan na malapit sa espiker. Ang sumunod ay tunay na hindi kapani-paniwala.

Si Jennifer pinagaling sa kanyang pagkabingi buhat ng ipinanganak at ang pagsusuri ng kanyang doktor

CHURCH OF SOUTH INDIA
MADRAS DIOCESE
C. S. I. KALYANI MULTI SPECIALITY HOSPITAL
15, Dr. Radhakrishnan Salai, Chennai-600 004. (South India)

Phone: 857 11 01
852 22 01

Ref. No. _____ Date: 15.10.02

To whom it may concern

Miss Jennifer aged 5 yrs has been examined by me at CSI Kalyani hospital for her hearing.

After interacting with the child and observing her and after examining the child, I have come to the conclusion that Jennifer has definitely good hearing improvement now than before she was prayed for. Her mother's observation of her child is far more important and the mother has definitely noticed much improvement in her child hearing ability. Jennifer hears much better without the hearing aid, responding to her name being called when as previously she was not without the aid.

Medical Officer,
C. S. I. KALYANI GENERAL HOSPITAL

Habang nakompleto ko ang panalangin para sa may sakit mula sa pulpito, sinabi ni Jennifer sa kanyang ina na ang lahat ng tunog ay napalakas at hiniling sa kanyang ina na alisin ang tulong sa pandinig. Halleluyah!

Ayon sa talaan ng mediko kaugnay sa pagpapagaling, kung wala ang tulong sa pandinig, ang pandinig ni Jennifer ay hindi tutugon maging sa pinakamataas na intensidad ng tunog. Sa ibang salita, si Jennifer ay nawalan ng isandaang porsyento ng kanyang pandinig, subalit matapos ang panalangin ito ay natuklasan na 30-50 porsiyento ng kanyang pandinig ay nabago. Ang sumunod ay ang pagsusuri kay Jennifer ng otorhinolaryngologist na si Cristina.

Upang masuri ang kakayahang makarinig ni Jennifer, sa gulang na 5, aking sinuri siya sa C.S.I. Kalyani Muti Specialty Hospital. Matapos makipag-usap kay Jennifer at suriin siya, aking naabot ang isang konklusyon na mayroong isang tiyak na katangi-tanging paguunlad sa kanyang pandinig matapos ang panalangin. Ang opinion ng ina ni Jennifer na nauugnay. Siya ay gumawa ng kahalintulad na pagsusuri na aking ginawa. Ang pandinig ni Jennifer ay may katiyakan at may nakakarinig ng maayos ng walang anumang tulong sa pandinig at tumutugon ng maayos kapag ang mga tao ay tinatawag ang kanyang pangalan. Hindi ganito ang kaso kung walang tulong sa pandinig bago ang panalangin.

Sa mga taong inihanda ang kanilang puso sa pananampalataya ang kapangyarihan ng

Diyos ay walang pag-aalinlangang nahahayag. Tunay nga, mayroong maraming pangyayari kung saan ang kalagayan ng mga pasyente ay bumubuti araw-araw habang sila ay namumuhay ng matapat na pamumuhay kay Cristo.

Kadalasan, ang Diyos ay hindi nagbibigay ng kumpletong kagalingan sa una sa mga taong naging bingi mula sa panahon ng sila ay bata pa. kung sila ay magagawang makarinig ng maayos mula sa sandaling sila ay napagaling, ito ay maaaring maging mahirap para sa kanila na matagalan ang lahat ng tunog. Kung ang mga tao na nawalan ng pandinig pagkatapos na sila ay lumaki, ang Diyos ay maaaring pagalingin sila ng lubusan kaagad sapagkat hindi mangangailangan ng labis na panahon upang sila ay makibagay sa mga tunog. Sa gayong mga kaso, ang mga tao ay maaaring mailto sa una subalit matapos ang isang araw o dalawa, sila ay magiging payapa at magiging bihasa na sa kanilang kakayahan upang makarinig.

Noong Abril 2003, habang ako ay naglalakbay patungong Dubai sa United Arab Emirates, aking nakilala ang isang 32 taong gulang na babae na nawalan ng kakayahang magsalita pagkatapos na magdusa mula sa meningitis sa utak ng siya ay dalawang taong gulang. Pagkatapos na kanyang matanggap ang aking panalangin, napakaliwanag na sinabi ng babae,

"Salamat sa iyo!" Aking inakala na ang kanyang tinuran ay isa lamang pasasalamat, subalit ang kanyang mga magulang ay sinabi sa akin na tatlong dekada na ang lumipas buhat ng ang kanilang anak ay huling sinambit ang, "Salamat sa iyo."

Upang maranasan ang kapangyarihan na nagbibigay kapayapaan sa Pipi upang magsalita at sa Bingi upang makarinig

Sa Marcos 17:33-35 ay ang sumusunod:

"Dinala siya ni Hesus sa isang tabi buhat sa karamihan, at inilagay ang kanyang daliri sa kanyang tainga, at matapos na lumura kanyang hinipo ang kanyang dila ng laway; at tumingala sa langit na may malalim na buntong hininga, kanyang sinabi sa lalaki,

'Ephphatha!' Iyan ay, "Bumukas ka!" At ang kanyang tainga ay nabuksan, at ang sagabal sa kanyang dila ay natanggal, at siya ay nagsimulang magsalita ng malinaw."

Dito ang "Ephphatha" ay nangangahulugan "Bukas" sa Hebreo. Nang si Jesus ay nag-utos sa orihinal na tinig ng paglikha, ang tainga ng lalaki ay nabuksan at ang kanyang dila ay lumuwag.

Bakit, kung gayon, inilagay ni Jesus ang kanyang daliri sa tainga ng lalaki bago ang pag-utos, "Ephphatha"? Ang Roma 10:17 ay nagsasabi sa atin na, "Ang pananampalataya ay dumarating mula sa pakikinig at pakikinig sa pamamagitan ng salita ni Cristo." Yamang ang lalaking ito ay hindi makarinig, hindi madali para sa kanya na magtaglay ng pananampalataya. Bukod doon, ang lalaki ay hindi lumapit kay Jesus upang tumanggap ng kagalingan. Sa halip, ilang tao ang nagdala sa lalaking ito kay Jesus. Sa paglalagay ng kanyang daliri sa tainga ng lalaki, tinulungan ni Jesus ang lalaki na magtaglay ng pananampalataya sa pamamagitan ng pandama sa kanyang mga daliri.

Kapag ating nauunawaan lamang ang ispirtuwal na kahulugan na nakapaloob sa tagpo na kung saan ipinahayag ni Jesus ang kapangyarihan ng Diyos, maaari nating maranasan ang kanyang kapangyarihan. Ano ang tiyak na hakbang ang dapat nating gawin?

Dapat muna tayong magtaglay ng pananampalataya upang tumanggap ng kagalingan.

Kahit na kung ito ay maliit, ang isang tao na nangangailangan upang tumanggap ng kagalingan ay dapat na magtaglay ng pananampalataya. Gayunman; di-tulad ng panahon ni Jesus at dahilan sa pag-unlad ng sibilisasyon, mayroong maraming paraan, kasama ang lengguwahe ng senyas, kung saan maging ang paghina ng pandinig ay maaaring lumapit sa ebanghelyo. Sa simula ilang taon na ang nakakaraan, lahat ng pangaral na mensahe ay magkakasabay na isinasalin sa lengguwaheng senyas sa Manmin. Ang mga mensahe mula sa nakaraan ay patuloy ding naipaaalam sa senyas na lengguwahe sa lugar talaan nito.

Bukod doon, sa pamamagitan ng maraming ibang pamamaraan, kasama ang mga aklat, pahayagan, babasahin at bideo at mga tunog sa kaset teyp, maaari kang magtaglay ng pananampalataya hanggang iyong napagpasiyahan. Kapag ang pananampalataya ay nakamit, maaari mong maranasan ang kapangyarihan ng Diyos. Aking nabanggit ang ilang bilang ng mga patotoo bilang isang paraan upang tulungan kang magtaglay ng pananampalataya.

Sumunod, dapat tayong tumanggap ng kapatawaran.

Bakit si Jesus ay lumura at hinipo ang dila ng lalaki pagkatapos na kanyang mailagay ang kanyang mga daliri sa tainga ng lalaki? Ito ay ispirituwal na kumakatawan sa bautismo ng tubig at kinakailangan para sa kapatawaran ng kasalanan ng lalaki. Ang bautismo sa tubig ay nangangahulugan na sa pamamagitan ng salita ng Diyos na tulad sa malinis na tubig tayo ay dapat na malinis mula sa lahat ng ating mga kasalanan. Sa halip na linisin ang karumihan ng lalaki ng tubig, pinalitan ito ni Jesus ng kanyang laway at kumatawan ang gayon sa kapatawaran ng lalaking ito. Isaias 59:1-2 ay nagsasabi sa atin, "Masdan mo, ang kamay ng Panginoon ay hindi maiksi upang ito ay hindi makapagligtas; Ni ang kanyang tainga ay bingi upang ito ay hindi makarinig, subalit ang inyong mga kalikuan ay naghiwalay sa inyo at sa inyong Diyos; At ang inyong mga kasalanan ang nagtago sa kanyang mukha mula sa inyo upang hindi siya makarinig."

Gaya ng ipinangako sa atin ng Diyos sa 2 Cronika 7:14, "Ang aking bayan na tinawag sa aking pangalan ay magpapakumbaba at mananalangin at hahanapin ang aking mukha at tatalikod mula sa kanilang masamang pamamaraan, sa gayon aking diringgin mula sa langit, patatawarin ang kanilang mga kasalanan at pagagalingin ang kanilang lupa," upang makatanggap ng mga kasagutan sa Diyos, dapat kang tumingin sa iyong sarili ng makatotohanan, gahakin ang inyong puso at magsisi.

Ano ang dapat nating pagsisihan sa Diyos?

Una, dapat mong pagsisihan ang hindi pagsampalataya sa Diyos at pagtanggap kay JesuCristo. Sa Juan 16:9, sinasabi sa atin ni Jesus na ang Banal na Espiritu ay uusigin ang sanlibutan patungkol sa kasalanan, sapagkat ang mga tao ay hindi sumasampalataya sa kanya. Dapat mong maunawaan na ang hindi pagtanggap sa Panginoon ay isang kasalanan, at sa gayon sumasampalataya sa Panginoon at Diyos.

Ikalawa, kung hindi mo inibig ang iyong mga kapatid, dapat kang magsisi. Sa 1 Juan 4:11 sinasabi sa atin, "Mga minamahal, kung ang Diyos ay inibig tayo, dapat din nating ibigin ang isa't-sa." Kung ang iyong kapatid ay kinamumuhian ka, sa halip na kamuhian din siya, dapat kang umunawa at magpatawad. Dapat mo ring ibigin ang iyong kaaway, hanapin muna ang kanyang kapakanan at mag-isip at kumilos habang iyong inilalagay ang iyong sarili sa kanyang sapatos (kalagayan). Kapag iyong nagawang ibigin ang lahat ng tao, ang Diyos ay magpapakita din sa iyo ng habag, awa at gawa ng kagalingan.

Ikatlo, kung ikaw ay dumalangin para sa pansariling interes, dapat kang magsisi. Ang Diyos ay hindi nasisiyahan sa gayong mga tao na dumadalangin ng may makasariling motibo. Hindi ka niya sasagutin. Kahit mula ngayon, dapat kang manalangin na naaayon sa kalooban ng Diyos.

Ikaapat, kung ikaw ay nananalangin subalit nag-alinlangan, dapat kang magsisi. Sa Santiago 1:6-7 mababasa, "Subalit dapat siyang humingi sa pananampalataya ng walang anumang pag-aalinlangan, sapagkat ang taong nag-aalinlangan ay tulad sa alon ng dagat, tinatangay at sinisiklot ng hangin. Sapagkat ang taong yaon ay hindi dapat na umaasa na siya ay makatatanggap ng anumang bagay mula sa Panginoon." Ngayon, kapag tayo ay dumadalangin dapat tayong manalangin sa pananampalataya, at bigyang-lugod siya. Bukod doon gaya sa Hebreo 11:6 ipinapaalala sa atin, "kung walang pananampalataya ay hindi maaaring malugod ang Diyos," itapon ang inyong pag-aalinlangan at humingi lamang sa pananampalataya.

Ikalima, kung hindi mo sinunod ang mga utos ng Diyos, dapat kang magsisi. Tulad ng sinasabi sa atin ni Jesus sa Juan 14:21, "Siya na mayroong mga utos ko at sinusunod ang mga ito ay ang taong nagmamahal sa akin; at siya at ipahahayag ko ang aking sarili sa kanya," kapag ikaw ay nagpakita ng katibayan ng iyong pag-ibig sa Diyos sa pagsunod sa kanyang mga utos, ikaw ay makatatanggap ng mga kasagutan mula sa kanya. Sa bawat sandali, ang mga mananampalataya ay nasasangkot sa mga aksidente sa trapiko. Iyan ay sa dahilang ang karamihan sa kanila ay hindi pinanatiling banal ang Araw ng Panginoon o inihahandog ang kanilang buong ikapu. Yamang sila ay hindi nananatili sa pinakasaligan ang mga nakatakdang alituntunin para sa mga cristiano, ang Sampung Utos, sila ay hindi maaaring malagay sa ilalim ng pangangalaga ng Diyos. Kabilang sa mga taong buong katapatang sumunod sa kanyang mga utos, ilan sa kanila ay nasasangkot sa mga aksidente sa kanilang sariling pagkakamali. Datapuwa, sila ay pinangangalagaan ng Diyos. Sa gayong mga kaso, ang mga tao sa loob ay mananatiling hindi nasaktan kahit na sa isang wasak na sasakyan, dahilan sa ang Diyos ay iniibig sila at ipinapakita sa kanila ang katibayan ng kanyang pag-ibig.

Higit pa doon, ang mga tao na hindi nakilala ang Diyos kadalasan ay nakatanggap ng mabilis na kagalingan pagkatapos na makatanggap ng panalangin. Ito ay sa dahilan na ang katotohanan na kanilang pagdating sa simbahan mismo ay isang gawa ng pananampalataya, at ang Diyos ay gumagawa sa kanila. Gayunman, kapag ang mga tao ay may pananampalataya at nalalaman ang katotohanan subalit patuloy na sinusuway ang mga utos ng Diyos at hindi namumuhay sa kanyang mga salita, ito ay nagiging isang pader sa pagitan ng Diyos at gayong mga tao, at dahil dito sila ay hindi nakakatanggap ng kagalingan. Ang dahilan ang Diyos ay gumagawa ng labis sa mga hindi mananampalataya sa ibayong dagat sa Dakilang Nagkakaisang Crusada ay sapagkat ang katotohanan na yaong mga taong sumasamba sa diyos-diyosan ay narinig ang balita at dumalo sa crusada mismo ay maituturing na pananampalataya sa pangingin ng Diyos.

Ikaanim, kung ikaw ay hindi nagtanim, dapat kang magsisi. Gaya sa Galatia 6:7 sinasabi sa atin, "Sapagkat anuman ang itanim ng isang tao, ito ay kanya ring aanihin," upang maranasan ang kapangyarihan ng Diyos, ikaw ay dapat munang dumalo sa pagsambang gawain ng buong sikap. Tandaan na kapag iyong itinanim kalakip ang iyong katawan, ikaw ay tatanggap ng mga pagpapala ng kalusugan at kapag ikaw ay nagtanim ng iyong kayamanan, ikaw ay tatanggap ng mga pagpapala ng kayamanan. Sa gayon, kung nais mong umani ng walang pagtatanim, ikaw ay dapat na magsisi ng yaon.

1 Juan 1:7 mababasa, "kung tayo ay lumalakad sa liwanag kung paanong siya ay nasa liwanag, tayo ay may pakikipag-isa sa

bawat isa, at ang dugo ni Jesus na kanyang Anak ay lilinisin tayo mula sa lahat ng kasalanan," Higit pa doon, ang paghawak sa pangako ng Diyos sa 1 Juan 1:9 "kung ating ipapahayag ang ating mga kasalanan, Siya ay tapat at banal upang patawarin tayo sa ating mga kasalanan at lilinisin tayo mula sa lahat ng kalikuan," siguraduhing tumingin sa iyong sarili, magsisi, at lumakad sa liwanag.

Nawa kayo ay tumanggap ng habag ng Diyos, tanggapin ang anumang bagay na inyong hiningi, at sa pamamagitan ng kanyang kapangyarihan ay makatanggap hindi lamang mga pagpapala ng kalusugan kundi maging ng pagpapala sa lahat ng mga gawain at mga bagay sa buhay, sa pangalan ng ating Panginoong JesuCristo idinadalangin ko!

Mensahe 9
Ang Di-nagkukulang na Pangangalaga ng Diyos

Deutronomio 26:16-19

"Ngayon ang Panginoon ninyong Diyos
Ay inuutusan kayo na gawin ang mga tuntuning ito
At mga kautusan, kaya nga, dapat kayong maging
Masikap na sundin ang mga ito ng buo n'yong puso
At ng buo n'yong kaluluwa. Inyong ipinahayag ngayon
Na ang Panginoon ang inyong Diyos; at kayo ay
lalakad sa kanyang daan at susundin ang kanyang batas,
kanyang kautusan, at kanyang mga tuntunin, at makikinig
sa kanyang tinig. Ang Panginoon ay ipinahayag naman
ngayon sa inyo na kayo ay kanyang bayan, isang kayamanang
taglay, tulad ng kanyang pangako sa inyo, at dapat ninyong
sundin ang kanyang mga utos at kanyang itataas kayo ng
higit
sa lahat ng mga bansa na kanyang ginawa upang maging
kapurihan niya, karangalan at kaluwalhatian; at kayo ay
isang bansa na naitalaga sa kanya tulad ng kanyang sinabi.

Kung tatanungin upang pumili ng natatanging anyo ng pag-ibig, maraming tao ang pipili ng pag-ibig ng magulang, lalo na ang pag-ibig ng isang ina para sa kanyang sanggol na anak. Datapuwat, ating matatagpuan sa Isaias 49:15, "Maaari bang ang isang ina ay malilimutan ang kanyang anak na inalagaan at walang habag sa anak ng kanyang sinapupunan? Kahit na ang mga ito ay maaaring makalimot, ngunit hindi ko kayo malilimutan." Ang masaganang pag-ibig ng Diyos ay di-maihahambing sa pag-ibig ng isang ina para sa kanyang anak na sanggol.

Ang Diyos ng pag-ibig ay nais na ang lahat ng tao na hindi lamang maabot ang kaligtasan, kundi tamasahin din ang walang hanggang buhay, pagpapala, at kaligayahan sa maringal na kalangitan. Iyan ay kung bakit kanyang iniligtas ang kanyang mga anak mula sa mga pagsubok at kahirapan at nais na ibigay ang lahat ng bagay na kanilang hilingin. Ang Diyos din ay inihahatid ang bawat isa sa atin na mamuhay ng isang pinagpalang buhay hindi lamang sa lupa, kundi sa walang hanggang buhay na siyang darating din.

Ngayon, sa pamamagitan ng kapangyarihan at mga hula ng Diyos ay pinahintulutan tayo sa kanyang pag-ibig, ating suriin ang pangangalaga ng Diyos sa Manmin Central Church.

Ang Pag-ibig ng Diyos Hangad na Iligtas ang Lahat ng mga Kaluluwa

Ating matatagpuan ang sumusunod sa 2 Pedro 3:3-4:

"Malalaman n'yo una sa lahat, na sa huling mga araw ang mga manlilibak ay patuloy na manlilibak, sinusunod ang kanilang sariling mga pita, at sinasabing, "Nasaan ang pangako ng kanyang pagdating? Sapagkat buhat nang ang mga ninuno ay mangatulog, lahat ay nagpatuloy na tulad ng ito'y sa pasimula ng pagkalikha.

Mayroong maraming tao na hindi naniniwala sa atin kapag ating sinasabi sa kanila ang katapusan ng panahon. Kapag paanong ang araw ay laging sumisikat at lumulubog, habang ang mga tao ay laging ipinapanganak at namamatay, at habang ang sibilisasyon ay laging umuunlad, ang gayong mga tao ay karaniwan nang nag-aakala na ang lahat ng bagay ay magpapatuloy.

Kung paanong mayroong kapwa simula at katapusan sa buhay ng isang tao, kung mayroong simula sa kasaysayan ng sangkatuhan, tunay na mayroong isang katapusan dito. Kapag ang panahon ng pagpili ng Diyos ay dumatal, lahat ng bagay ay haharap sa isang katapusan. Lahat ng tao na nabuhay kay Adan ay tatanggap ng kahatulan. Ayon sa kung paano ang isang bagay ay namuhay sa lupa, siya ay papasok alinman sa langit o sa impiyerno.

Sa kabilang banda, ang mga tao na sumasampalataya kay JesuCristo at namuhay sa salita ng Diyos ay papasok sa langit. Sa kabilang banda, ang mga tao na hindi sumampalataya maging kahit matapos na mapangaralan ng mabuting balita, at ang mga tao ba hindi namuhay sa salita ng Diyos ngunit sa halip ay namuhay sa kasalanan at kasamaan, bagaman kanilang ipinahayag ang kanilang pananampalataya sa Panginoon, ay papasok sa impiyerno. Iyan ay kung bakit ang Diyos ay marubdob na ipangalat ang mabuting salita sa buong sanlibutan sa lalong mabilis na pangyayari, upang maging nag karagdagang kaluluwa ay makatanggap ng kaligtasan.

Ang kapangyarihan ng Diyos ay Ipinangalat sa Dulo ng Panahon

Ang Tanging dahilan ng Diyos na itatag ang Manmin Central Church at ang kapahayagan ng nakamamanghang kapangyarihan na nakapaloob dito. Sa pamamagitan ng kapahayagan ng kanyang kapangyarihan, nais ng Diyos na magpakita ng katibayan ng pagkakaroon ng isang tunay na Diyos, at maliwanagan ang mga tao sa katotohanan ng langit at impiyerno. Gaya ng sinasabi sa atin ni Jesus sa Juan 4:48, "Maliban sa kayo ay makakita ng mga tanda at himala, kayo'y tunay na hindi sasampalataya," natatangi sa panahon na kung saan ang kasalanan at kasamaan ay namamayani at ang kaalaman ay umuunlad, ang gawa ng kapangyarihan na maaaring magwasak sa kaisipan ng tao ay lalong higit na kailangan. Iyan ay kung bakit, sa katapusan ng panahon, ang Diyos ay itinutuwid ang Manmin at pinagpapala ito ng lalong lumalagong kapangyarihan.

Bukod doon, ang pagkalinang ng sangkatauhan na dinisenyo ng Diyos ay dumarating din ang katapusan nito. Hanggang sa ang panahon ng pagpili ng Diyos ay dumatal, ang kapangyarihan ay isang kinakailangang sangkap na maaaring magligtas sa lahat ng mga tao na nagkaroon ng pagkakataon na tumanggap ng kaligtasan. Tanging sa kapangyarihann ay maaaring taong maihahatid tungo sa kaligtasan sa mabilis na proporsyon.

Dahil sa masidhing pag-uusig at kahirapan, ito ay lubhang mahirap na ipangalat ang mabuting balita sa ilang mga bansa sa buong mundo, at mayroong higit na mga tao ang hindi nakarinig ng mabuting balita. Higit pa doon, maging sa mga taong nagpapahayag ng kanilang pananampalataya sa Panginoon, ang bilang ng mga tao na may tunay na pananampalataya ay hindi mataas gaya ng iniisip ng mga tao. Sa Lukas 18:8 ang tanong sa atin ni Jesus, "Gayunman, kapag ang anak ng Tao ay dumating, makasusumpong ba siya ng pananampalataya sa lupa? " Maraming tao ang dumadalo sa simbahan, subalit walang gaanong kaibahan sa mga tao sa sanlibutan, sila ay patuloy na namumuhay sa kasalanan. Datapuwat, maging sa mga bansa at mga rehiyon ng mundo kung saan mayroong malubhang pag-uusig ng Cristiyanismo, kapag ang mga tao ay nakaranas ng gawa ng kapangyarihan ng Diyos, ang pananampalataya na hindi natatakot sa kamatayan ay umuusbong at ang namumuhay sa kasalanan na walang tunay na pananampalataya ay pinalakas ngayon upang mamuhay sa salita ng Diyos kapag kanilang naranasan ng una ang gawa ng kapangyarihan ng buhay na Diyos.

Sa maraming misyong paglalakbay sa ibayong lugar, ako ay napunta sa mga bansa na legal na ipinagbabawal ang pagpapalaganap at pangangaral ng mabuting balita at pinaguusig ang iglesiya. Aking nasaksihan sa gayong mga bansa tulad ng Pakistan at ang United Arab Emirates, sa kapwa bansa kung saan ang Islam ay yumayabong, at isang pinamamayanihan ng Hindu Estado ng India, na ang si Jesus ay ipinatotoo at ang mga katibayan kung saan ang mga tao ay maaaring sumampalataya sa buhay na Diyos ay nahahayag, di-mabilang na mga kaluluwa ang nagpabago at nakakamit ng kaligtasan. Kahit kung sila ay sumamba sa diyos-diyosan, kapag kanilang nararanasan ang kilos ng kapangyarihan ng Diyos, ang mga tao ay lumalapit upang tanggapin si JesuCristo ng walang takot sa legal na pagsasanga. Ito'y nagpapatunay sa dalisay ng lakas ng kapangyarihan ng Diyos.

Tulad sa isang magsasaka na umani ng kanyang mga bunga sa

tag-anihan, ipinahahayag ng Diyos ang gayong nakamamanghang kapangyarihan upang sa gayon kanyang anihin ang lahat ng mga kaluluwa na tumanggap ng kaligtasan sa huling mga araw.

Tanda ng Katapusan ng Panahon na Nakatala sa Bibliya

Maging sa salita ng Diyos na nakatala sa Bibliya, maaari nating sabihin ang panahon kung saan tayo ay nabubuhay ay malapit sa katapusan ng panahon. Bagaman ang Diyos ay hindi sinasabi sa atin ang eksaktong araw at oras ng katapusan ng panahon, kanyang ibinigay sa atin ang mga tanda na sa pamamagitan nito maaari nating sabihin ang katapusan ng panahon. kung paanong nagagawa nating hulaan na ang ulan ay di maiiwasan kapag ang mga ulap ay nagsisimulang magtipon, sa pamamagitan ng gayong paraan kung saan ang kasaysayan ay patuloy na inihahayag ang kanyang sarili, mga tanda sa Bibliya ay pinahihintulutan tayo na hulaan ang huling mga araw.

Magpahalimbawa, sa Lukas 21 ating matatagpuan, "Kapag inyong narinig ang mga digmaan at mga kaguluhan, huwag matakot; sapagkat ang mga bagay na ito ay dapat na mangyari muna, subalit ang katapusan ay hindi agad susunod." (v.9), at "mayroong malakas na lindol sa iba't ibang lugar, peste at tagtuyot; at mayroong mga nakakatakot at mga malalaking tanda mula sa langit." (v.11)

Sa Timoteo 3:1-5, ating mababasa ang sumusunod:

"Subalit unawain ito, na sa mga huling araw mapanganib na panahon ang darating. Sapagkat ang mga tao ay magiging maibigin sa sarili, maibigin sa salapi, palalo, mayabang, mapangalipusta, suwail sa magulang, walang utang na loob, lapastangan sa Diyos. Bukod dito, magiging malupit sila, walang habag, mapanirang puri, mapusok, marahas, at mamumuhi sa mabuti. Hindi lamang iyan, sia'y magiging taksil, walang taros, palalo, at mahilig sa kalayawan sa halip na sa mga bagay ukol sa Diyos. Sila'y nagkukunwang may pananampalataya ngunit hindi naman makikita sa buhay nila ang kapangyarihan nito. Iwasan mo ang mga ganitong tao."

Mayroong maraming sakuna at mga tanda sa buong mundo, at sa puso at kaisipan ng mga tao ay nagiging lalong masama sa panahon ngayon. Bawat lingo, ako ay nakakatanggap ng mga sipi ng mga kwento ng balita sa mga pangyayari at mga aksidente, at ang dami ng bawat sipi ay patuloy na tumataas. Ito ay nangangahulugan na mayroong maraming sakuna, kalamidad, at mga kasamaan ang nangyayari sa mundo.

Datapuwat ang mga tao ay hindi sensitibo sa mga pangyayaring ito at mga aksidente habang ito ay nagaganap.

Yamang kanilang nakaharap ang napakaraming kwento ng mga gayong pangyayari at mga aksidente sa regular na paraan, ang mga tao ay nagiging manhid na sa kanila. Karamihan sa kanila ay hindi na sineseryoso ang mga malupit na krimen, mga malalaking digmaan, likas na sakuna, at mga biktima mula sa gayong mga kalupitan at kalamidad. Ang mga ganitong pangyayari ay karaniwan nang pumupuno sa mga ulo ng mga balita. Gayunman, malibang kanilang labis na nadama o nangyari sa iba nilang kilala, para sa mga nakararaming tao ang gayong mga pangyayari ay hindi gayong kahalaga at madaling nalilimutan.

Sa pamamagitan ng paraan na kung saan ang kasaysayan ay inihahayag ang sarili, ang mga tao na gising at may malinaw na pakikipag-ugnayan sa Diyos ay sumasaksi sa nagkakaisang tinig na ang Pagdating ng Panginoon ay nalalapit.

Mga Propesiya sa Katapusan ng Panahon at ang Pangangalaga ng Diyos sa Manin Central Church

Sa pamamagitan ng mga propesiya ng Diyos na ipahayag sa Manmin, nasasabi natin na tunay nga ang katapusan ng panahon: Buhat ng pagkakatatag ng Manmin hanggang ngayon, sinabi na nang Diyos ang resulta ng pagkapangulo at eleksiyon ng parliyamento, pagkamatay ng mga mahahalaga at kilalang tao kapwa sa Korea at ibayong lugar, at maraming ibang pangyayari na naghugis sa kasaysayan ng mundo.

Sa maraming pangyayari aking isiniwalat at ang gayong mga impormasyon sa tala-salitaan sa lingguhang ulat sa simbahan. Kung ang mga nilalaman ay lubhang sensitibo, aking ipinapahayag ang mga ito tangi sa ilang indibiduwal. Sa mga nakaraang taon, naipahayag buhat sa pulpito sa bawat oras ang kapahayagan patungkol sa Hilagang Korea, sa Estados Unidos, at mga pangyayaring magaganap sa buong mundo.

Karamihan sa mga propesiya ay naganap tulad ng ipinahayag, at mga propesiya na magaganap pa lamang patungkol sa mga pangyayari na alinman nagaganap na o mangyayari pa lamang. Isang kapansin-pansing katotohanan ay ang karamihan sa mga propesiya patungkol sa mga pangyayari na darating pa lamang patungkol sa huling mga araw. Sapagkat kabilang sa kanila ay ang Pangangalaga ng Diyos sa Manmin Central Church, ating suriin ang ilan sa mga propesiyang ito.

Ang unang propesiya patungkol sa pakikipagrelasyon ng Hilaga at Timog Korea

Buhat sa pagkakatatag, ang Diyos ay ipinahayag ang isang malaking kaganapan sa Hilagang Korea sa Manmin. Ito ay sa dahilang kami ay may pagkakatawag sa pagpapalaganap ng mabuting balita sa Hilagang Korea sa mga huling araw. Noong

1983, ang Diyos ay ipinahayag sa amin ang pagpupulong sa pagitan ng mga pinuno ng Hilaga at Timog Korea at ang katapusan nito. Pagkaraan matapos ang pulong, ang Hilagang Korea ay binuksan ang pintuan nito sa mundo pansamantala ngunit muling isinara ito pagkaraan. Sinabi sa amin ng Diyos na kapag ang Hilagang Korea ay nagbukas, ang mabuting balita ng kabanalan at kapangyarihan ng Diyos ay papasok sa bansa at ang pagpapalaganap ng mabuting balita ang susunod. Sinabi ng Diyos sa amin na tandaan ang Pagdating ng Panginoon ay nalalapit, kapag kapwa ang Hilaga at Timog Korea ay nagpahayag ng kanilang mga sarili sa isang tiyak na pamamaraan. Sapagkat sinabi ng Diyos sa akin na sundin ang paraan ng dalawang Korea na "magpahayag sa isang tiyak na paraan," isang lihim, hindi ko maaaring sabihin ang impormasyon.

Kung paanong karamihan sa inyo ang nakaaalam, isang pulong sa pagitan ng mga pinuno ng dalawang Korea ang naganap noong 2000. Maaari mo sigurong madama na ang Hilagang Korea, sumuko sa paggiit ng internasyonal, ay bubuksan ang pinto nito paglaon.

Ang ikalawang propesiya patungkol sa pagkatawag para sa misyong pandaigdig

Ang Diyos ay naghanda para sa Manmin ang bilang ng crusada sa ibayong dagat na kung saan sampu-sampung libo, daan-daang libo, at milyon mga tao ang nagkatipon, at pinagpala kami upang mabilis na mapalaganap ang mabuting balita sa mundo sa pamamagitan ng kanyang nakamamanghang kapangyarihan. Kanilang isinama ang Crusada ng Banal na Mabuting Balita sa Uganda, ang balita tungkol dito ay isinahimpapawid sa internasyonal sa Cable News Network (CNN); Crusada ng Kagalingan sa Pakistan, na yumanig sa daigdig ng Islam at nagbukas ng Banal na Mabuting balita sa kanya kung saan maraming, maraming karamdaman, kabilang na ang AIDS, ay napagaling; ang crusada ng Nagkakaisang Kagalingan sa Pilipinas kung saan ang kapangyarihan ng Diyos ay eksplosibong napahayag; ang Crusada ng Himala ng Kagalingan sa Honduras, na siyang nagdala ng buhawi ng Banal na Espiritu; ang Pista ng Panalangin ng Himala ng Kagalingang Crusada sa India, ang pinakamalaking bansa na Hindu sa mundo, kung saan mahigit sa tatlong milyong tao ang nagkatipon sa apat na araw na crusada. Lahat ng mga crusadang ito ay nagsilbi bilang isang hagdang bato mula kung saan ang Manmin ay maaaring makapasok sa Israel, ang huling destinasyon nito.

Sa ilalim ng kanyang dakilang plano para sa paghuhubog ng karakter ng sangkatauhan, nilikha ng Diyos si Eba, at matapos na ang buhay ay nagsimula sa lupa, ang sangkatauhan ay dumami. Kabilang sa maraming tao, ang Diyos ay pumili ng isang nasyon, Israel, inapo ni Jacob. Sa pamamagitan ng kasaysayan ng mga

Israelita, nais ng Diyos na ihayag ang kanyang kaluwalhatian at pangangalaga para sa kalinangan ng sangkatauhan hindi lamang sa Israel kundi maging sa lahat ng tao sa mundo. Ang bayan ng Israel ay nagsilbing huwaran para sa paghuhubog ng karakter ng sangkatuhan at ang kasaysayan ng Israel, na siyang pinamamahalaan mismo ng Diyos, ay hindi lamang kasaysayan ng isang nasyon bagkus kanyang mensahe para sa lahat ng tao. Bukod doon, bago maganap ang paghuhubog ng karakter ng sangkatauhan na nagsimula kay Adan, hinangad ng Diyos sa Mabuting Balita na magbalik sa Israel, kung saan ito nagmula. Gayunman, ito ay lubhang napakahirap na magdaos ng Cristianong pagtitipon at ipangalat ang Mabuting Balita sa Israel, ang kapahayagan ng kapangyarihan ng Diyos na maaaring yumanig sa kalangitan at sa lupa ay kinakailangan sa Israel, at pakaganapin ang bahaging ito ng pangangalaga ng Diyos ay pagtawag ng nakatalaga sa Manmin sa huling mga araw.

Sa pamamagitan ni JesuCristo, ang Diyos ay naisakatuparan ang pangangalaga ng kaligtasan ng Sangkatauhan, at pinahihintulutan ang sinuman na tumanggap kay Jesus bilang kanyang tagapagligtas upang tumanggap ng buhay na walang hanggan. Ang pagpili ng Diyos sa bayan ng Israel, gayunman, ay hindi kinilala si Jesus bilang Mesiyas. Higit pa doon, maging hanggang sa huling sandaling ang kanyang mga anak ay maiangat sa himpapawid, ang bayan ng Israel ay hindi maunawaan ang pangangalaga ng kaligtasan sa pamamagitan ni JesuCristo.

Sa mga huling araw, hangad ng Diyos ang bayan ng Israel na magsisi at tanggapin si Jesus bilang kanilang Tagapagligtas upang kanilang makamit ang kaligtasan. Iyan ay kung bakit ang Diyos ay pinahintulutan ang ebanghelyo ng Kabanalan upang makapasok at maipakalat sa buong Israel sa pamamagitan ng marangal na pagkakatawag na kanyang ibinigay sa Manmin. Ngayon na ang isang mahigpit na hagdang bato para sa Gitnang Silangang gawaing pang misyonaryo na naitatag noong Abril 2003, ayon sa kalooban ng Diyos, ang Manmin ay gagawa ng tiyak na paghahanda para sa Israel at maisakatuparan ang pangangalaga ng Diyos.

Ang Ikatlong Propesiya patungkol sa pagpapatayo ng Dakilang Sangtuwaryo

Pagkatapos na maitatag ang Manmin, habang kanyang ipinapahayag ang kanyang pangangalaga para sa mga huling araw; ibinigay ng Diyos sa amin ang isang tawag para sa pagpapatayo ng Dakilang Sangtuwaryo na maghahayag ng kaluwalhatian ng Diyos sa lahat ng tao sa mundo.

Sa panahon ng Lumang Tipan, maaaring mangyari na tumanggap ng kaligtasan sa pamamagitan ng gawa. Kahit kung ang kasalanan sa puso ng isang tao ay hindi naiwaksi, habang ang kasalanan ay hindi nagawa sa labas, sinuman ay maaaring maligtas. Ang Templo mula sa panahon ng Lumang Tipan ay isang templo na kung saan ang mga tao ay sumasamba sa Diyos sa pamamagitan ng gawa, ayon sa inaatas ng kautusan.

Sa panahon ng Bagong Tipan, gayunman, si Jesus ay dumating at tinupad ang kautusan sa pag-ibig, at sa ating pananampalataya kay JesuCristo tayo ay tumanggap ng kaligtasan. Ang templo na ninais ng Diyos sa panahon ng Bagong Tipan ay natayo ay hindi lamang sa gawa kundi maging sa puso. Ang templong ito ay itatayo ng mga anak ng Diyos na nagawang iwaksi ang kasalanan, sa loob ng isang banal na puso at ang kanilang pag-ibig para sa kanya. Iyan ay kung bakit pinahihintulutan ang Templo mula sa panahon ng Lumang Tipan ay mawasak at niloob ang isang bagong templo ng tunay na ispirituwal na kahulugan na itatayo. Kaya nga, ang mga tao na siyang magtatayo ng Dakilang Sangtuwaryo ay dapat na ituring na nararapat sa paningin ng Diyos. Sila'y dapat na mga anak ng Diyos na nagawang linisin ang kanilang puso, banal at malinis na puso, at puspos ng pananampalataya, pag-asa at pag-ibig. Kapag nakita ng Diyos ang Dakilang Sangtuwaryo na naitayo ng kanyang mga banal na anak, Siya ay masisiyahan hindi lamang sa kaanyuan ng gusali. Sa halip, sa Dakilang Sangtuwaryo, kanyang aalalahanin ang bawat isa sa kanyang tunay na mga anak na siyang bunga ng kanyang mga luha, pag-aalay at pagtitiis.

Ang Dakilang Sangtuwaryo ay naghahatid ng malawak na

kahulugan. Ito'y magsisilbi bilang isang bantayog para sa kalinangan ng sangkatuhan gayundin bilang isang simbolo ng kaaliwan ng Diyos pagkatapos na anihin ang mabuting mga bunga. Ito ay naitayo sa huling mga araw sapagkat ito ay napakalaking proyektong gusali na naitayo na magpapahayag ng kaluwalhatian ng Diyos sa lahat ng tao sa mundo. Sa 600 metro (mga 1,970 talampakan) ang lawak at pitumpung metro (230 talampakan) ang taas, ang Dakilang Sangtuwaryo ay isang napakalaking gusali na ginawa sa lahat ng uri ng maganda, kakaiba at mamahaling materyales, at sa bawat piraso ng straktura at dekorasyon, ang kaluwalhatian ng Bagong Jerusalem, ang anim na araw na pagkalikha, ang kapangyarihan ng Diyos ay maitatanim. Ang pagmasid sa Dakilang Sangtuwaryo lamang ay sapat upang mapilitan ang mga tao na madama ang karangalan at kaluwalhatian ng Diyos. Maging ang mga di-mananampalataya ay mamangha sa tanawin nito at kikilalanin ang kanyang kaluwalhatian.

Sa katapusan, ang pagtatayo ng Dakilang Sangtuwaryo ay ang paghahanda ng isang arko na kung saan di-mabilang na mga kaluluwang ang makatanggap ng kaligtasan. Sa mga huling araw kapag ang kasalanan at kasamaan ay namayani, tulad sa kaso sa panahon ni Noe, nang ang mga tao na pinangunahan ng mga anak ng Diyos, siya ay itinuring na nararapat na lumapit sa Dakilang Sangtuwaryo at humantong upang sumampalataya sa kanya, sila ay makakatanggap ng kaligtasan. Higit sa lahat ang mga tao ay maririnig ang balita ng kaluwalhatian ng Diyos at kapangyarihan, at sila ay lalapit at titingin para sa kanilang sarili. Kapag sila ay lumapit, di-mabilang na katibayan ng Diyos ang maipapakita. Sila rin ay matuturuan ng mga lihim ng ispirituwal na mundo at maliliwanagan sa kalooban ng Diyos na naghahanap upang umani ng tunay na mga anak na kawangis ng kanyang sariling larawan.

Ang Dakilang Sangtuwaryo ay magsisilbi bilang sentro ng huling bahagi ng pandaigdigang pagpapalaganap ng mabuting balita bago ang pagdating ng ating Panginoon. Bukod doon, sinabi ng Diyos sa Manmin na kapag ang oras ay dumating para sa pagpapatayo ng Dakilang Sangtuwaryo upang simulan, kanyang pangungunahan ang mga hari at mga indibiduwal ng kayamanan at kapangyarihan upang tumulong sa pagpapagawa.

Buhat ng pagkakatatag nito, ang Diyos ay ipinahayag ang mga propesiya sa mga huling araw at ang kanyang pangangalaga para sa Manmin Central Church. Maging sa ngayon, Siya ay nagpapatuloy na magpahayag ng lalong lumalagong kapangyarihan at ginaganap ang kanyang salita. Sa buong kasaysayan ng Simbahan ang Diyos mismo ang nanguna sa Manmin upang maisakatuparan ang kanyang pangangalaga. Bukod doon, hanggang sa sandaling ang Panginoon ay magbalik, kanyang pangungunahan tayo upang maisakatuparan ang lahat ng tungkulin na kanyang itinalaga sa atin at ipahahayag ang lahat ng tungkulin na kanyang itinalaga sa atin at ipahahayag ang kaluwalhatian ng Panginoon sa buong mundo.

Sa Juan 14:11, sinasabi sa atin ni Jesus na, "Paniwalaan ninyo Ako na Ako ay sa Ama at ang Ama ay nasa akin; kung hindi man maniwala kayo dahil sa mga gawa mismo." Sa Deutronomio 18:22, ating matatagpuan, "Kapag ang propeta ay nagsalita sa pangalan ng Panginoon, kung ang bagay ay hindi nangyari o totoo, iyan ay ang bagay na hindi sinabi ng Panginoon. Ang propeta ay sinabi ito ng may kapangahasan' huwag kayong matatakot sa kanya." Ako'y umaasa na inyong mauunawaan ang pangangalaga ng Diyos sa pamamagitan ng kapangyarihan at mga propesiya naipahayag at naipakita sa Manmin Central Church.

Sa pagsasakatuparan ng kanyang pangangalaga sa pamamagitan ng Manmin Central Church sa mga huling araw, ang Diyos ay hindi ibinigay ang ganitong pagpapasiglang muli sa simbahan at kapangyarihan sa buong isang gabi. Kanyang sinanay kami ng mahigit na dalampung taon. Tulad sa pag-akyat sa isang mataas at matarik na bundok at naglayag sa pagitan ng nagtataasang mga alon sa marahas na karagatan, kanyang paulit-ulit na pinangunahan kami sa pagitan ng mga pagsubok at sa pamamagitan ng mga tao na nakalampas sa gayong mga pagsubok kalakip ang kanilang matatag na pananampalataya, naghanda ng isang sisidlan na maaaring magsakatuparan ng pandaigdigang misyon.

Ito ay maipapatupad din sa bawat isa sa inyo. Ang pananampalataya na kung saan ang isang tao ay maaaring makapasok sa Bagong Jerusalem ay hindi umunlad o lumago sa isang magdamag; dapat kang laging gising at handa para sa araw ng pagbabalik ng ating Panginoon. Higit sa lahat, wasakin ang mga pader ng kasalanan at kalakip ang di-nagbabago at matatag na pananampalataya, tumakbo patungo sa langit. Kapag ikaw ay humakbang patungo sa ganitong uri ng di-nagbabagong pagpapasya, ang Diyos walang pag-aalinlangang pagpapalain ang iyong kaluluwa upang makapagpatuloy at sagutin ang ninanasa ng iyong puso. Bukod doon, ang Diyos ay bibigyan ka ng ispirituwal na kakayahan at karapatan na sa pamamagitan nito ikaw ay maaaring gamitin bilang kanyang mamahaling sisidlan para sa kanyang pangangalaga sa mga huling araw.

Nawa ang bawat isa sa inyo ay humawak ng mabuti sa pananampalataya hanggang sa ang Panginoon ay bumalik at makatagpong muli sa walang hanggang langit at sa Lungsod ng Bagong Jerusalem, sa pangalan ng ating Panginoong JesuCristo aking idinadalangin!

Ang May-Akda
Dr. Jaerock Lee

Si Dr. Jaerock Lee ay ipinanganak sa Muan, lalawigan ng Jeonnam, Republika ng Korea, noong 1943. Sa kanyang gulang na mga ikadalawampu, si Dr. Lee ay nagdusa mula sa iba't ibang di-gumagaling na karamdaman sa loob ng pitong taon at naghihintay ng kamatayan na wala nang pag-asa para gumaling. Isang araw sa tag-sibol ng 1974, magkagayunman, siya ay dinala sa simbahan ng kanyang kapatid at nang siya ay lumuhod upang manalangin, ang buhay na Diyos ay agad na pinagaling siya sa lahat ng kanyang mga karamdaman.

Mula ng mga sandaling yaon na nakatagpo ni Dr. Lee ang BUhay na Diyos sa pamamagitan ng nakamamanghang karanasan na yaon, kanyang inibig ang Diyos ng kanyang buong puso at katapatan, at noong 1978 ay tinawag upang maging lingkod ng Diyos. Siya ay nanalangin ng buong init pang kanyang magawang malinaw na maunawaan ang kalooban ng Diyos at ganap na maisagawa ito, at sinunod ang salita ng Diyos. Noong 1982, kanyang itinatag ang Manmin Central Church sa Seoul, Korea, at di-mabilang na gawa ng Diyos, kasama ang mga mahimalang kagalingan at mga kababalaghan, ay nangyari sa kanilang simbahan.

Noong 1986, si Dr. Lee ay itinalaga bilang isang pastor sa Taunang Asembliya ni Jesus Sungkyul Simbahan ng Korea, at pagkaraan ng apat na Taon noong 1990, ang kanyang mga pangangaral ay nagsimulang maisahimpapawid sa Australia, Russia, ang Pilipinas, at sa maraming iba pa sa pamamagitan ng Far East Brodcasting Company, ang Asia Broadcast Station at ang Washington Christian Radio System.

Pagkaraan ng tatlong taon noong 1993, ang Manmin Central Church ay napili bilang isa sa "50 Nangungunang Simbahan sa Mundo" ng ang Cristianong Mundong babasahin (US) at siya ay nakatanggap ng isang karangalang Doktor ng kasanayan mula sa kolehiyo ng Cristianong Pananampalataya, Florida, USA, at noong 1996 isang Ph.D sa Ministeryo mula sa Seminaryo ng Teolohiya sa Kingsway, Iowa, USA.

Buhat noong 1993, si Dr. Lee ay pinangunahan ang pagmimisyon sa mundo sa pamamagitan ng maraming krusada sa ibayong dagat sa Tanzania, Argentina, Uganda, Japan, Pakistan, Kenya, ang Pilipinas, Honduras, India, Rusya, Germany, Peru, Demokratikong Republika ng Congo at Nuweba York ng USA noon 2002 siya rin ay tinawag na isang "pastor ng buong mundo" ng isang pangunahing pahayagang Cristiano sa Korea para sa kanyang gawa sa iba't ibang ibayong dagat na pinakamalaking Nagkakaisang crusada.

Noong Pebrero 2008, ang Manmin Central Church ay isang kapulungan ng mahigit na 100,000 kasapi at 7,800 sa bansa at ibayong dagat na sangay ng mga simbahan sa buong globo, at sa kasalukuyan ay nakapagtalaga ng mahigit sa 126 na mga misyonaryo sa 25 bansa, kasama na ang Estados Unidos, Rusya, Germany, Canada, Japan, Tsina, Pransya, India, Kenya at marami pang iba.

Hanggang sa ngayon, si Dr. Lee ay sumulat ng 39 na aklat, kasama ang pinakamabiling paglasap sa Walang Hanggang Buhay Bago ang Kamatayan. Aking Buhay Aking Pananampalataya, Ang Mensahe ng Krus, Ang Sukat ng Pananampalataya, Langit I at II, Impiyerno at Ang Kapangyarihan ng Diyos at ang kanyang mga gawa ay naisalin sa mahigit 25 wika.

Si Dr. Lee sa kasalukuyan ay pinuno ng maraming samahan ng mga misyonaryo at mga kapulungan kabilang ang Pangulo, Ang Nagkakaisang Kabanalang Simbahan ng Korea, Pangulo, Ang Pahayagan ng Pagpapalaganap sa Bansa, Pangulo, Manmin Misyon sa Mundo, Tagapagtatag at Pinunong Kapulungan, Global Christian Network (GCN) Tagapagpatatag at Pinunong Kapulungan, Ang World Christian Doctors Network (WCDN), at Tagapagpatatag at Pinunong Kapulungan, Manmin International Seminary (MIS).

Iba pang makapangyarihang mga aklat ni Dr. Lee:

Langit I & II

Detalyadong paglalarawan ng napakaringal na tahanan na matatamasa ng mga tao sa langit at ang napakagandang mga antas ng kaharian ng langit.

Ang Mensahe ng Krus

Makapangyarihang mensahe para sa lahat ng taong espirituwal na natutulog! Sa aklat na ito makikita ang dahilan kung bakit si Jesus ang tanging Tagapagligtas at ang tunay na pag-ibig ng Diyos.

Impierno

Isang madamdaming mensahe sa lahat ng nilalang mula sa Diyos, na may kahilingang wala sanang mapahamak na kaluluwa patungo sa kalaliman ng Impierno! Iyong madidiskubre ang hindi pa naihahayag na nakaraan na talaan ng nakapangingilabaot na katotohanan ng Mababang Libingan at Impierno.

Espiritu, Kaluluwa, at Katawan I & II

Sa pamamagitan ng espirituwal na pagkilala tungkol sa espiritu, kaluluwa, at katawan, na siyang bumubuo sa tao makikilala din ng magbabasa ang 'sarili' niya at magkakaroon siya ng maliwanag na pagkaunawa tungkol sa buhay mismo.

www.urimbooks.com

www.ingramcontent.com/pod-product-compliance
Lightning Source LLC
LaVergne TN
LVHW021812060526
838201LV00058B/3344